நாவல் பழ
இளவரசியின் கதை

பிரபஞ்சன்

டிஸ்கவரி புக் பேலஸ்
எண்: 9, பிளாட் எண்: 1080A, ரோஹிணி பிளாட்ஸ்
முனுசாமி சாலை, கே.கே.நகர் மேற்கு,
சென்னை - 600 078. பேச: 99404 46650

வெளியீட்டு எண்: 0119

நாவல் பழ இளவரசியின் கதை (சிறுகதைகள்)
ஆசிரியர்: **பிரபஞ்சன்**
பிரபஞ்சன் அறக்கட்டளை©

NAAVAL PAZHA ILAVARASIYIN KADHAI
Author: **Prapanchan** ©

Discovery 1st Edition : Nov - 2023
168 Pages
Print in India
ISBN: 978-93-91994-65-5
Rs.220

Publisher • Sales Rights

Discovery Publications
No. 9, Plot,1080A, Rohini Flats,
Munusamy Salai,
K.K.Nagar West, Chennai - 78.
Tamilnadu, India.
Mobile: +91 99404 46650

Discovery Book Palace (P) Ltd
No. 1055-B, Munusamy Salai,
K.K.Nagar West,
Chennai-600 078.
Ph: (044) 4855 7525
Mobile: +91 87545 07070

discoverybookpalace@gmail.com / www.discoverybookpalace.com

இந்த நூலில் பிரசுரமாகியுள்ள எந்த ஒரு பகுதியையும் எழுத்துபூர்வமான முன்அனுமதி பெறாமல் எடுத்தாள்வதோ, மறுபிரசுரம் செய்வதோ, மொழியாக்கம் செய்வதோ, ஊடகங்களில் மறுபதிப்புச் செய்வதோ, காப்புரிமைச் சட்டப்படி தடை செய்யப்பட்டுள்ளது. இந்த நூலிலிருந்து சில பகுதிகளை மேற்கோள்காட்டி நூல்அறிமுகம் செய்யலாம்.

உங்கள் மொபைல் போனிலிருந்து ஸ்கேன் செய்து 'டிஸ்கவரி புக் பேலஸ்' மொபைல் ஆப்பை டவுன்லோடு செய்து, புத்தகங்களை வாங்குங்கள்.

பதிப்புரை

பிரபஞ்சன் எனும் புனைபெயரில் எழுதிய சாரங்கபாணி வைத்திலிங்கம், பிரஞ்சியர் ஆண்ட புதுச்சேரியில் 27.04.1945ல் பிறந்தவர். பள்ளிக் கல்வியைப் புதுச்சேரியிலும், தஞ்சைக் கரந்தைத் தமிழ்ச் சங்கத்தில் புலவர் கல்வியும் கற்றவர்.

1961ஆம் ஆண்டு அவரது முதல் கதை பிரசுரம் கண்டது. 2017 வரை அவர் எழுதிய சிறுகதைகளில் 15 கதைகள் தேர்ந்தெடுக்கப்பட்டு 'நாவல் பழ இளவரசியின் கதை' எனும் தொகுதியாக இப்போது வெளிவருகிறது.

பிரபஞ்சன் கதைகள், மானுட மகத்துவம் பேசுபவை. சாதாரண மனிதருக்குள் புதைந்து கிடக்கும் பரிவை, அருளை, நியாய உணர்வை, ஒரு சினேகிதனின் நெகிழ்ந்த தொனியில் சொல்பவை. ஊற்றுநீர்போலக் கனிந்து, சந்தர்ப்பங்களில் வெளிப்படும் மனிதர்களின் அரிய மானுடத் தருணங்களை இனம்கண்டு, கலாபூர்வமாக விளம்புபவை அவரது கதைகள். பகை, வெறுப்பு, துவேஷம் எதுவுமற்ற மனம் கொண்ட ஈரத் தமிழ்க் கதைசொல்லியான பிரபஞ்சன், தன் காலத்துப் புனைவைச் செழுமைப்படுத்திய எழுத்தாளர். வரலாற்று நாவல் துறையில் ஒரு புதிய பாதை வகுத்தவர்.

கட்டுரைகள், நாடகம் என சமூக இலக்கியத்துறையில் தொடர்ந்து இயங்கிவந்த பிரபஞ்சன் 21.12.2018ல் மறைந்தார்.

தமிழ் இலக்கியத்தில் பிரபஞ்சனின் எழுத்துகள் பொக்கிஷங்களாகப் பாதுகாக்கப்பட வேண்டும். அவரின் சிறுகதைகளை 'டிஸ்கவரி பப்ளிகேஷன்ஸ்' நிறுவனம் மூலமாக வெளியிடுவதில் பெருமை கொள்கிறோம்.

- மு.வேடியப்பன்

(2017ஆம் ஆண்டு பிரபஞ்சன் எழுதிய முன்னுரை)

நான் நிறைவுகொள்ளும் நாள் இது

சிறுகதை என்கிற வடிவம் மிகவும் அழகியது. நுணுக்கமும் ஆழமும் கூடி வாழ்வைத் துலக்கமுற உரைப்பது சிறுகதை. வாழ்வையும், வாழ நேர்ந்த மனிதர்களின் அசலான பிம்பத்தை மிகக் குறுகிய பக்கங்களிலும் வார்த்தைகளிலும் சொல்லிவிடக்கூடிய வடிவமும் அதுவே ஆகும்.

ஒரு மொழியின் பெருமைகளில் ஒன்று கதை. கதைகளை உடைய மொழிகள், காலத்தைக் கைப்பிடித்து யுகங்கள் தாண்டியும் மனிதகுலத்தை அடுத்த பரிமாணத்துக்குக் கொண்டு சேர்க்கின்றன. கதைகள் கதைகளாக மட்டுமே இருந்து பல உள் வினைகள் ஆற்றுகின்றன. அது எதையேனும் சொல்லிக்கொண்டு நிற்கிறதா? இல்லை... அது ஓடிக்கொண்டே இருக்கிறது. ஆனால், அது பேசிக்கொண்டும் இருக்கிறது. நாம் கேட்க நம்மைச் சித்தப்படுத்திக்கொண்டால், ஆற்றிடமிருந்து நிறைய விஷயங்கள் நம்மால் நிரப்பிக்கொள்ள முடியும். நல்ல கதை என்பது ஆறு போன்றது. கதைகள் எப்போதும் இறந்தகாலத்திலேயே சொல்லப்படுகின்றன.

ஏன் எனில், இது இவ்வாறு நிகழ்ந்தது என்பதைக் கதை சொல்கிறது. ஆகவே, கதைகள் இறந்தகாலத்தில் நிகழ்கின்றன. இறந்தகாலம் என்றால், இல்லாமலே ஆன காலம் என்று அர்த்தம் ஆகாது. (தமிழ் இலக்கணம், இறந்ததைத் தழுவி எச்சத்தையும் பார்க்கச் சொல்கிறது.)

நினைவுக் கிடங்கிலிருந்து வெளிவரும் ஒரு சம்பவம் சொற்களாகவே வெளியே வருகிறது. பதிந்துபோயிருந்த அந்தச் சம்பவம் 'நேற்று' நடந்தது. முடிந்ததா என்றால், இல்லை. எதுவும் முடிந்துபோவது இல்லை. முடிந்தது என்று நாம் நினைப்பது ஏதோ ஒரு உருவில் இன்றும் தொடர்கிறது; நாளையும் தொடரும். ஆக, கதைகள் மூன்று காலத்தையும் உள்ளடக்கியவை. அ-காலம் என்று ஒன்றையும் உள் கொண்டது கதை.

எழுதப்பட்ட காலத்திலும் அது கடந்தும் கதைகள் பேசிக்கொண்டே இருக்கின்றன. சங்க வாசகனுக்குத் தொனித்த ஒரு கதை, சோழர் காலத்து வாசகனுக்கு வந்து சேரும்போது, புது அர்த்தம் கொள்கிறது. இன்றைய வாசகனுக்கு, அது இன்னுமொரு அனுபவத்தைத் தரக் காத்திருக்கிறது.

இலக்கியத்தின் தன்மை என்பது இதுதான். நல்ல படைப்பிலக்கியம் காலம் கடந்து ஜீவித்துக்கொண்டே இருப்பதன் சூட்சுமம் இதுதான்.

நல்ல விஷயமாக என் பள்ளிப்பருவக் காலத்திலேயே புதுமைப்பித்தன் கதைகள் வாசிக்கும் நிலை வாய்த்தது. கல்லூரிக் காலத்தில் தி.ஜானகிராமனை, எம்.வி.வெங்கட்ராமனை வாசிக்கவும், சந்தித்து உரையாடவும், நட்புக் கொள்ளவுமான வாய்ப்புகள் கிடைத்தன. தஞ்சை பிரகாஷின் மாபெரும் நூலகம் வாசிக்கக் கிடைத்தது, என் பேறு.

புதுச்சேரியில், இன்று ரோமெண்ட் ரோலன் என்ற பெயரில் இயங்கும், அருமையான நூலகத்தில் இருந்த பிரஞ்ச் மற்றும் ரஷ்ய இலக்கியங்களின் தமிழ் மொழிபெயர்ப்புகள், படைப்பிலக்கியத்தின் பல சாகைகளை, பல கோணங்களை, பல பார்வைகளை எனக்கு அளித்தன. ‘தொடர்ந்த வாசிப்பு, எழுதுபவர்களுக்கு இருக்க வேண்டியது மிக அவசியம்’ என்று வாழ்நாள் முழுக்க சொல்லிக்கொண்டே இருந்தார் க.நா.சு.

அதேபோல, ‘தொடர்ந்து எழுதிக்கொண்டும் இருக்க வேண்டும்’ என்பார் க.நா.சு. ‘தொடர்ந்து தினம்தோறும் எப்படி எழுத முடியும்?’ என்று, அவர் புதுவை பல்கலையில் பணிசெய்ய வந்திருந்தபோது கேட்டேன். உடனே அவர், ‘முடியாதுதான்... முடியாதபோது, மொழிபெயர்ப்பு செய்யுங்கள்!’ என்றார். மொழி ஆக்கம் மூலம், அவர் தமிழுக்குச் செய்த பணியைத் தமிழர்கள் மறக்கக் கூடாது.

1961-ல் என் எழுத்து பிரசுரம் கண்டாலும், 1970-களுக்குப் பிறகே சிறுகதைகள் எழுதுவதில் நான் ஈடுபட்டேன். இத்தனை ஆண்டுகளில் உங்கள் கைகளில் உள்ள கதைகளை என்னால் எழுத முடிந்துள்ளது.

2017-வரை நான் எழுதியிருக்கும் கதைகளின் ஒரு தொகுதி இது. நூல் உருவாக்கத்தில் உழைப்பை நல்கியதோடு, இந்தத் தொகுதிகளை அழகாகவும் செறிவாகவும் வெளியிட்டிருக்கும்,

நண்பர் திரு.மு.வேடியப்பன் அவர்களுக்கு இந்த நேரத்தில் என் மனம் நிறைந்த நன்றியையும் அன்பையும் தெரிவித்துக் கொள்கிறேன்.

இந்தத் தொகுப்புகள் வெளிவந்த இன்று என் 73 வயதில் பிரவேசிக்கிறேன். 27.04.1945-ல் பிறந்து, 1961 முதல் 55 ஆண்டுகளாக எழுதிக்கொண்டிருக்கும் என் மேல் தமிழ்கூறும் நல்லுலகம், நண்பர்கள், வாசகர்கள் கொண்டிருக்கும் அன்பை, நட்பை அவர்கள் இணைந்து நடத்தும் என் பாராட்டு / நூல் வெளியீட்டு / பரிசளிப்பு விழா நிகழ்ச்சிகள் எனக்கு மன நிறைவைத் தருகின்றன. இதற்கென உழைத்த என் அன்பு இலக்கிய உலக வாசகர்களை நினைக்கையில் என் மனம் ஈரம் கொள்கிறது. தமிழர்கள், தம்மை நேசிக்கும் இன்னொரு தமிழனை எப்போதும் நினைவு கொள்வார்கள் என்பது மீண்டும் நிரூபணம் ஆகி இருக்கிறது. என்னைப் பாராட்டுவது என்பது, இப்போது எழுதத் தொடங்கி இருக்கும் எழுத்தாளர்களைக் கௌரவிப்பது என்றே பொருள் கொள்ள வேண்டும்.

என் அன்பு வாசகர்கள் காலந்தோறும் தோன்றிவரும் கலைஞர்கள் எழுத்தாளர்களைக் கௌரவித்தபடி இருக்க வேண்டும் என்பதே நான் கூற விரும்பும் இந்த நாள் செய்தியாகும். தேவையான நேரம் அளவாகப் பெய்யும் மழையாக நாம் இருப்போம்.

சென்னை - தமிழ்நாடு
2017

தோழமையுடன்,
பிரபஞ்சன்

பொருளடக்கம்

1. அண்ணாச்சி 09
2. அந்தக் குரல் 20
3. அமானுடன்... 29
4. இராமலிங்கசாமி, ஜி.வி. ஐயர் மற்றும் நான் ... 45
5. ஒரு மதியப் பொழுதில் 56
6. காலை முதல் மாலைவரை 64
7. சிட்சை 76
8. சின்னி 83
9. சுகி 104
10. தியாகராஜன் 117
11. நாவல் பழ இளவரசியின் கதை 127
12. மருந்து 134
13. அம்மாவுக்கு மட்டும் 144
14. கண் 149
15. சுந்தா மாமா 156

அண்ணாச்சி

முதலில் புருவம் நெளிந்தது. அப்புறம், வாய் லேசாக அசைந்தது. படுக்கையோடு இணைத்து, 'குளுகோஸ்' ஏற்ற வசதியாக வைக்கப்பட்ட கையில் விரல்கள் அசைந்தன. கால் கட்டை விரல், காற்றில் நெறிந்தது.

அண்ணாச்சிக்கு ஏற்பட்ட அசைவுகளையே மிகக் கவனித்துக்கொண்டிருந்த காளி கத்திக்கொண்டே அறையை விட்டு வெளியே ஓடினான்.

"அண்ணாச்சிக்கு உசிர் வந்தாச்சு. உடம்பை அசைக்கிறாரு..."

செய்தி ஜுரம் வேகத்தில் பரவியது. வராண்டாவில், ஆசுபத்திரி முகப்பில், தெருவில், மர நிழலில், தேநீர்க் கடையில் நின்று கொத்துக் கொத்தாகக் குழுமி இருந்த ஜனக்கூட்டம், அண்ணாச்சி படுத்திருந்த அறைக்குள் பாய்ந்தது.

டூட்டி நர்ஸ், "யாரு நீங்கள்ளாம்... இத்தனை பேர் வரக் கூடாது" என்று சட்டம் பற்றிப் பேச முற்பட்டாள்.

"த... சும்மா இரு நரசம்மா... எங்க அண்ணாச்சி சாரு உசுரு பிழைப்பாரோ, மாட்டாரோன்னு நாங்க வயித்துல நெருப்பைக் கட்டிக்கிட்டு இருந்தோம்... என்னமோ, உன் அண்ணாச்சி சாரு மாதிரி பேசறியே..." என்று சொல்லிக்கொண்டே அஞ்சலை அக்கா அறைக்குள் புகுந்தது.

"ராசா எங்க துரையே, புழைச்சுக்கினியா... எங்கே, போயிடுவியோன்னு நினைச்சுட்டோம். எங்க வயித்துல பாலை வார்த்தியே ராசா..." என்று தன்

பிரபஞ்சன் | 9

மார்பிலும் வயிற்றிலும் அடித்துக்கொண்டு அழுதாள், அஞ்சலை அக்கா.

"த... எக்கா... செத்தே சும்மாத்தான் இரேன். அண்ணாச்சி சார் அசந்துடப் போறாரு..." என்று அஞ்சலையை சமாதானப் படுத்தினாள் பூங்காவனம்.

"சாரு அண்ணாச்சி சாரு..." என்று அழைத்தான் சோமு.

மிகவும் சிரமப்பட்டு லேசாகக் கண்ணைத் திறந்தார் அண்ணாச்சி. சாரு என்று அழைக்கப்பட்ட தேவராஜ்யம். தலையைச் சுற்றி பலமாகக் கட்டுப் போட்டிருந்தது. இடது கை தோளுக்குக் கீழே, யானைக்கால் மாதிரி, மாவுக் கட்டுப் போட்டிருந்தார்கள்.

தன்னைச் சுற்றி இருந்த ஜனங்களை அவதானிக்க முயன்றார் தேவராஜ்யம். அஞ்சலை, பூங்காவனம், பெருமாள், பக்கிரி, சோமு, பெரிய சிலுவை என்று எல்லோரையும் அவர் அடையாளம் காண முயன்றார். அவர்களை அவர். தெரிந்துகொண்டமைக்கு அடையாளமாக, லேசாகப் புன்னகைக்கவும் முயன்றார். அவர் உதடுகளை அசைக்கவும் மிகவும் சிரமப்பட்டார்.

"நகருங்க... வழி விடுங்க" என்றபடி, கூட்டத்தைப் பிளந்துகொண்டு உள்ளே வந்தார் டாக்டர்.

டாக்டர் அண்ணாச்சியைப் பரிசோதிப்பதை பக்தி தோன்ற பார்த்துக்கொண்டு நின்றிருந்தது கூட்டம்.

"டாக்டர் சாரு... நல்லா கெவனி அண்ணாச்சியை. அவருதான் எங்க தெய்வம். அவரு இல்லைன்னா நாங்க இல்லே..."

டாக்டர் மேலோட்டமாகக் கூட்டத்தைப் பார்த்தார்.

"எதுக்கு இத்தனைக் கூட்டம் இங்க... காற்றை அடைச்சுக் கிட்டு... இதோ பாருங்க, ரொம்ப சீரியஸ் இன்ஜுரி, இவருக்குச் சொந்தக்காரங்க யார்? மற்றவங்க வெளியே போகலாம்..."

"சார்..." என்றபடி டாக்டர் முன் வந்து நின்றான் சோமு. கூட்டத்துக்குள் பெரிய படிப்பாளி என்று கருதப்பட்டவன் அவன்.

"சார்... நாங்கல்லாம் பக்கத்து குடிசைப் பகுதி சனங்க. அண்ணாச்சிக்குச் சொந்தம்னு யாரும் இல்லை. நாங்கதான் அவருக்கு, அவருக்கும் நாங்கதான். எங்கப் பகுதி சனங்களுக்காக

பாடுபடுகிறவர் அண்ணாச்சி. ஹி ஈஸ் எ சோஷியல் ஓர்க்கர்" என்று ஆங்கிலத்தில் பேசியும் தன் இருப்பை ஸ்தாபிதம் செய்தான் சோமு.

"நோயாளி இன்னும் ஆபத்துக் கட்டத்தைத் தாண்டவில்லை. யாரேனும் ஒருத்தர் பக்கத்துல இருந்தாபோதும். இவர் எந்தக்கட்சி?"

"கட்சிக்கார பேமானிகளைபோல சொல்லு சாரு. இவரு ரொம்ப நல்ல மன்சன் சார். கட்சி, கிட்சின்னு தப்பு பண்ணிக்கிற சோதா இல்லே எங்க அண்ணாச்சி" என்றாள் ஒரு பெண். அவள் இடுப்பில் இருந்த குழந்தை திடுமென அழுதது.

"சரி... எல்லாம் வெளியே போங்க..." என்ற டாக்டர், நர்சிடம் குறிப்பைச் சொல்லிவிட்டு, தன் வெள்ளைச் சட்டை அழுக்குப்பட்டு விடக்கூடாதே என்று கூட்ட இடிபாடுகளைக் கடந்து வெளியேறினார்.

"...ம் அப்புறம் ஏன் அம்மா நிக்கறிங்க. டாக்டர் சொன்னாருல்லே?" என்றாள் நர்ஸ். சின்னப் பெண், மஞ்சள் சிட்டு மாதிரியும், வவ்வால் மாதிரி தலை அலங்காரத்துடனும் இருந்தாள். குப்பைத் தொட்டிக்குப் பக்கத்தில் நிற்க நேர்ந்தவள் மாதிரி கைக்குட்டையை மூக்கின் மேல் வைத்துக்கொண்டாள்

"த... நர்சம்மா... அண்ணாச்சி சாரு எங்க அப்பா மாதிரி தாயி. எங்களுக்காவ, போலீசு டேசனுக்குப் போறவர்ம்மா அவரு... ஒரு வவுத்துப் புள்ளைக மாதிரி, இருக்கிறவங்கம்மா நானு... அவரை "போயி, எந்த பயலோ கீச்சுப்பூட்டானே, ஆமாம்... ராசா... யார் உன்னை இந்தக் கெதி பண்ணுனது? பேரைச் சொல்லு... இன்னிக்கு நாளா நாலு அவன் பொணத்தை நாங்க பார்த்துடறோம்.

காளி, அண்ணாச்சியின் முகத்தின் அருகில் குனிந்து, "அண்ணாச்சி... எவன் உன்னை கீசினான்? செயின் ரங்கனா? சாராயம் மனோ வா... ஊம்..:

அண்ணாச்சி மிகவும் சிரமப்பட்டு, கண்ணாலும், தலையாலும் "இல்லை" என்றார்.

"பின்ன வேற யாரு... ஆள் தெரியாத வரைக்கும், அவன் குடலை உருவி மாலையா நான் போட்டுக்கிற வரைக்கும் தட்டுல சோறு போட்டுத் தின்னா நான் ஒருத்தனுக்குப் பொறந்தவன் இல்லை அண்ணாச்சி. சொல்லு... யாரு அவன்...?"

“அவன் அம்மாளை...”

நர்ஸ் காதைப் பொத்திக்கொண்டு விரைந்து நடந்தாள்.

கூட்டம் வெறிக்கொண்டு நின்றது. எல்லார் முகமும் கறத்து பலகை மாதிரி உறைந்தது. இதழ்க்கடையில் இரண்டு கோரைப் பற்கள் முளைத்தது மாதிரி. தலையில் கொம்பு எழுந்தது மாதிரியும் இருந்தது.

“அண்ணாச்சி அவர்கள் முகத்தை ஒவ்வொருவராகப் பார்த்துக்கொண்டு வந்தார். களைத்துப் போனவராகவும், மனம் வருந்தியவராகவும் கண்ணை மூடிக்கொண்டார்.

அண்ணாச்சி தூங்குதுப்பா. வாங்க... அப்புறம் வரலாம்...” என்றபடி கூட்டத்தில் சிலர் வெளியேறினார்கள்.

பார்வதிதான் அந்த இளைஞனை முதலில் பார்த்தாள். புளிய மரத்தின் அடியில் படுத்துக்கிடந்தான். அவன் சட்டையும் பேண்டும் அணிந்து பெரிய குடும்பத்துப் பையனாய்த் தெரிந்தான். மயக்கமாய் வீழ்ந்து கிடக்கிறானா? போதையா? தண்ணி வண்டியா என்றெல்லாம் யோசனை செய்துகொண்டு நின்றாள். புளிய மரத்தடியில் சிறுநீர் கழிக்க வந்தவள், அசல் ஆம்பிளையைப் பார்த்துத் தயங்கினாள். தூங்குகிறவன்தானே என்று செடி மறைவில் அமர்ந்து எழுந்தாள்.

குடிசைக்குள் நுழைந்தவள், அங்கிருந்தவனிடம் சொன்னாள்:

“எவனோ படுத்துக்குனு இருக்கான்யா. என்னமோ மாதிரி இருக்கு.”

“குடிக்காரக் கம்மனாட்டியா இருப்பான்”

“அவனைப் பார்க்க சொல்ல, அப்படித் தெரியலைய்யா...”

அவன் வெளியே வந்து, அந்த இளைஞனிடம் சென்று குனிந்து பார்த்தான்.

“பார்வதி எதனாச்சும் பிரச்சினையானா என்ன செய்யறது? போலீஸ்காரங்களுக்கு டவுன்ல எங்க திருடு போனாலும் குடிசைக்குத்தான் வருவாங்க.”

“போலீசுக்கு பயந்தா நடக்குமாய்யா... மனுஷன் உசுரு இருக்கா பாரு.”

பார்த்தான்.

"பசியா இருக்கும்மே..."

"பாவம் எந்த புண்ணியவதி பெத்தாளோ, நம்ம குடிசையாண்டை வந்து உய்ந்து கெடக்குது. மூஞ்சியிலே தண்ணி அடிச்சி எழுப்பு..."

"போயி, தண்ணிகொண்டாமே செம்புலே..."

அவள் கொண்டு வந்தாள். அவன் தண்ணீரை அந்த இளைஞன் முகத்தில் அடித்தான். அந்த இளைஞன் ஒருவாறாகக் கண் விழித்தான். பசி காரணமாக இமையைத் திறக்க அவன் சிரமப் பட்டான்.

"பசிம்மே பையனுக்கு..."

அவள் உள்ளே போய், பழைய சோறு ஒரு தட்டில் போட்டுக்கொண்டு வந்தாள்.

"தின்னுமா அந்தப் புள்ளை, நம்ம சோத்தை, ரொம்ப ரீஜண்டா இருக்கிறான்..."

அந்தப் பையன் தின்றான்.

உடம்பு சுகவீனம் காரணமாக அவன் மேலும் சில நாட்கள் அங்கு இருந்தான். அந்தக் குடிசைப் பகுதி மக்களின் அன்பை அவன் கண்டு வியந்தான். அவர்கள் வித்தியாசமாக இருந்தார்கள். ரொம்ப வண்டை வண்டையாகப் பேசினார்கள். மூன்று வயசுக் குழந்தையில் இருந்து கிழவன் வரை, கெட்ட வார்த்தைகளில் உழன்றதை அந்த இளைஞன் ஆச்சர்யத்துடன் அவதானித்தான். அதை விடவும் அந்தச் சொற்களின் விசேஷ அர்த்தங்கள் அற்று, அல்லது அது பற்றிய பிரக்ஞை அற்றும் அவைகளை அவர்கள் புழங்கினார்கள். அவர்களின் நடவடிக்கைகளில் எந்த பிசிரும் ஒட்டி இருக்கவில்லை.

"உன் பேரு இன்னா தம்பி?"

"தேவராஜ்யம்..."

"இங்க எங்கே வந்தே? ஊட்டை வுட்டுக் கோவிச்சிக்குனு வந்தியா?"

அவன் எதுக்கும் பதில் சொல்லவில்லை. அந்தப் பக்கமாக இருந்த மாவு அரைவை மில்லில் சின்னதாக ஒரு வேலை தேடிக்கொண்டான். புளிய மரத்தின் அடியிலேயே தற்காலிகமாக ஒரு குடிசை போட்டுக்கொண்டான். ஆண்கள்,

ஆசுபத்திரியில் பணியாளர்களாக இருந்தார்கள். பி. டி. சி. யில் கண்டக்டர் வேலை பார்த்தார்கள். கொலுத்து வேலை செய்தார்கள். மூட்டை தூக்கினார்கள். ஊரில் நடக்கிற திருட்டு வழக்குகளில், சம்பந்தம் இல்லாமல் தண்டனை அனுபவித்தார்கள். குடித்தார்கள். தங்களுக்குள் பகைத்து அடித்துக்கொண்டார்கள். குடி தெளிந்ததும் அன்பு மீதூறத் தழுவிக்கொண்டார்கள்.

அவனுக்கு அவர்களைப் பிடித்திருந்தது.

அஞ்சலை அக்கா, அப்போதுதான் வேலை முடித்துத் திரும்பி இருந்தாள். சொர்ணவேலு மேஸ்திரியிடம் அவள் சித்தாளாக இருந்தாள். அஞ்சலை, நல்ல தொழிலாளி என்று பெயர் வாங்கி இருந்தாள். அவள் தம்பி அண்ணாமலையோடு திண்ணையில் பேசிக்கொண்டு அமர்ந்திருந்தார் தேவராஜ்யம்.

பையில் அரிசியும் கழுத்தில் கயிறு கட்டின பாட்டிலில் எண்ணெயும், சமையல் சாமான்களுடன் வந்த அஞ்சலை தேவராஜ்யத்திடம் சொன்னாள்.

"சாரு... மீனு வாங்கியாந்துகிறன். துன்னுட்டுப் போ..."

"சரிக்கா..."

மண்பானையில் இருந்த தண்ணீரை மொண்டு, சுண்ணாம்பு கப்பிய காலையும் கையையும் கழுத்துப் பகுதியையும் முகத்தையும் கழுவிக்கொண்டாள். சற்று நேரம், அமர்ந்து வெற்றிலை புகையிலை போட்டுக்கொண்டாள்.

"என்னக்கா... ரொம்ப களைப்பா" என்றான்.

"என்ன நீகூட என்னை அக்காங்கிற. சாரு... உன் ரீஜண்டு இன்னா, படிப்பு இன்னா... எங்களுக்கெல்லாம் தலைவரா இருந்துகினு..."

"தலையாவது, வாலாவது... பார்வதி அம்மா எனக்கு தாயின்னா... அதும் புள்ளை எனக்கு அக்கா இல்லாக்காட்டி வேற யாரு. பதினைஞ்சு வருஷத்துக்கு முன்னால, உன் அம்மா, அந்த பழைய சோத்தைக் குடுத்து உசுரு குடுக்கலைன்னா என்னைப் புதைச்ச இடம் புல்லு முளைச்சுப் போயிருக்கும்..."

அஞ்சலை சிரித்தாள்.

வாசலில், இரண்டு போலீசுக்காரர்கள் தோன்றினார்கள்.

"இன்னா அஞ்சலை இன்னிக்கு நல்ல அறுவடையாம்மே" என்றான் ஒரு போலீஸ்காரன்.

"ஐய... இன்னா சொல்ற நீ... இப்பத்தான் கொலுத்து வேலை முடிஞ்சு வந்து குந்திக்கினு இருக்கேன்... இனிமேத்தான் ஆக்கணும்... கொள்ளணும்..."

"தே... சூளைமேட்டுலதானே வேலை...?"

"ஆமாம்..."

"சுப்பராய நாய்க்கர் சந்துலதானே..."

"ஆமாம்"

"அங்க, நீ வேலை செய்யற ஊட்டுக்கு பக்கத்துல ஒரு திருட்டு..."

"அதுக்கு திருடினவன் கிட்டே போய்க் கேளு..."

"அஞ்சலை சும்மா ஒத்துக்கோ... ஒரு வாரம் உள்ளே இருந்தாபோதும்..."

"இன்னாடி இது அக்குறும்பா இருக்குதே." என்றாள் அஞ்சலை அக்கா. அக்குறும்புதான். தேவராஜ்யம் இதுக்காகவே அந்த ஜனங்கள் மத்தியில் இருப்பது என்று முடிவெடுத்தார்.

நள்ளிரவுக்கு மேல்தான், அண்ணாச்சி படுக்க முடிந்தது. பிரச்சினைதான். இரண்டாயிரம் குடிசைகளும், ஆறாயிரத்துக்கும் மேம்பட்ட ஜனங்களும் இருந்த அந்தப் பகுதியை ஒரு சேட் விலைக்கு வாங்கியிருந்தான். அரசு, அவர்களை தாம்பரத்துக்கும் மேற்கே குடி அமர்த்த முனைந்தது. குழந்தைகள் படிப்பு, பெண்களுக்கு பக்கத்து வீடுகளில் இருந்த வேலை வாய்ப்பு அவ்வளவு தூரத்திலிருக்கும் பஸ்சுக்கும் ரயிலுக்கும் செலவு செய்து சிட்டிக்கு வந்து வேலை பார்க்க வேண்டிய சிரமம்... தேவராஜ்யம் அண்ணாச்சி இரவும் பகலுமாக உழைத்துக்கொண்டிருந்தார். இடையில் பாஸ்கரை வேறு அவர் சமாளிக்க வேண்டியிருந்தது. சேட்டு பாஸ்கரை ஏவி விட்டிருப்பதாகச் சொல்லிக்கொண்டிருந்தார்கள். பாஸ்கர், வேலையை எடுத்துக்கொண்டால், இரத்தத்தைப் பார்க்காமல் ஓயமாட்டான் என்று காளி சொன்னான்.

தேவராஜ்யம் சிரித்தார்.

காளியும், சோமுவும், கறுப்பனும் எப்போதும் தேவராஜ்யத்தின் பின்னால் சுற்றினர்.

"வேணாம் காளி... எனக்கு பாடி கார்டெல்லாம் வேணாம். எனக்கு சங்கடமாக இருக்கிறது" என்றார் அவர்.

அண்ணாச்சி உறங்கிக்கொண்டிருந்தார். நேரம் மூன்றை நெருங்கிக் கொண்டிருந்தது. கதவு தட்டப்படும் ஓசை கேட்டது. தூரத்தில் ராமு உறங்கிக்கொண்டிருந்தான். அப்போதுதான் போஸ்டர் ஒட்டி முடித்துத் திரும்பி இருந்தான் அவன். பாவம்.

அண்ணாச்சி எழுந்து, லைட்டைப் போட்டார். ஏனோ, நாய்கள் விட்டு விட்டுக் குலைத்துக்கொண்டிருந்தன.

"யார்?" என்றார் அண்ணாச்சி.

"புளியந்தோப்பு மணி அண்ணாச்சி ஊருல ஒரு தகராறு" என்று ஒரு குரல்.

கதவைத் திறந்தார் அண்ணாச்சி.

"யார்?"

யாரும் இல்லை. ஆச்சர்யமாக இருந்தது. கதவுக்கு வெளியே வந்து சுற்று முற்றும் பார்த்தார் அண்ணாச்சி. யாரும் காணோம் திரும்பினார். ஏதோ அரவம் கேட்டது. அவர் புரிந்துகொண்டு உள்ளே வருவதற்குள் தோளில் கத்தி இறங்கியது. வெளிச்சத்தில் அவன் முகம் தெரிந்தது.

"பாஸ்கர் வேணாம்" என்றார்.

சரமாரியாக வெட்டுகள் வாங்கி, தரையில் சரிந்தார், அண்ணாச்சி.

காவல் துறை அதிகாரிகள் வந்திருந்தார்கள். அண்ணாச்சியின் அருகில் அமர்ந்தார்கள். காளி அவர்கள் பக்கம் வந்து நின்றான்.

"போடா வெளியே" என்று ஒரு அதிகாரி அவனை விரட்டினான். காளி வெளியேறினான். மீண்டும் கதவு ஓரமாகவே நின்றான்.

"மிஸ்டர் தேவராஜ்யம், உங்களைத் தாக்கியது யார்னு தெரியுமா?

அண்ணாச்சி தலை அசைத்தார்.

"தெரியாது"

"உங்களை வெட்டியது பாஸ்கர்தானே...?"

"இல்லை."

"என்னய்யா, தெரிஞ்சதைக்கூட சொல்லமாட்டறே..."

அவர் எரிச்சல் அடைந்து சொன்னார்.

"பாஸ்கர்னு சொல்லு. மற்றதை நாங்க பாத்துக்குறோம்."

"இல்லை."

"பின்னே வேறு யார்?"

"தெரியாது"

"பெரிய காந்தின்னு நினைப்பா உனக்கு?"

"யோவ், அவரு, உயிர் பிழைச்சதே பெரிசு. அவரை எதுக்குத் தொந்தரவு பண்ணறே?" என்றபடி காளி உள்ளே வந்தான். அவனுக்குப் பின்னுள்ள ஜனக்கூட்டத்தை உத்தேசித்து அதிகாரிகள் வெளியேறினார்கள். காளி அவர் பக்கம் வந்து கேட்டான்.

"அண்ணாச்சி... பாஸ்கர்தானே. எங்கிட்டே சும்மானாச்சும் சொல்லு, சாரு..."

"இல்லை..."

"அந்த பேமானியை எதுக்கு சார் காப்பத்தரே... உன்னை வெட்டினவன்..."

அண்ணாச்சி சிரிக்க முயன்றார்.

காளி துண்டை வாயில் புதைத்துக்கொண்டு அழுதான்.

மின்சார ரயிலில் இருந்து இறங்கினார் அண்ணாச்சி.

"அண்ணாச்சி" என்று ஒரு குரல் அழைத்தது. திரும்பினார்.

பீட்டர் நின்றிருந்தான்.

"என்ன பீட்டர்..."

"சாருக்கு என்ன இந்தப் பக்கம்? வாங்க டீ சாப்பிடலாம்."

அண்ணாச்சி ஸ்டேஷனுக்கு வெளியே இருந்த டீ கடையில் பீட்டருடன் தேநீர் அருந்தினார்.

டீ கிளாசைப் பிடித்திருந்த அண்ணாச்சியின் விரலைப் பார்த்துச் சொன்னான் பீட்டர். நடுவிரலும், அதுக்கு அடுத்த விரலும் இல்லாமல் இருந்தது. காதுக்குக் கீழே கத்தி இறங்கின வடு தெரிந்தது.

"அண்ணாச்சி, அந்தப் போராட்டத்தை நீங்க எடுக்கலைன்னா, எங்க வீடுகளையே நாங்க இழந்திருப்போம். உயிரையே கொடுத்து

எங்களுக்கு உதவினீங்க. தோழர், ரெண்டு விரலே போச்சு" என்று கரைந்து போய்ச் சொன்னான் பீட்டர்.

அண்ணாச்சி சொன்னார்.

"அதை விடுங்க... மில் கதவடைப்பு என்ன ஆச்சு. என்ன நிலைமை?"

தோழர் விவரித்தார்.

வெயில் உச்சத்துக்கு வந்திருந்தது. செருப்புக்கு மீறி கால் சுட்டது. அண்ணாச்சி தோழரிடம் விடை பெற்றுப் புறப்பட்டார். முட்டு சந்துக்கு வந்து வலப்பக்கம் திரும்பினார். மின்சார ரயிலின் கூக்குரல், கழுதை கத்துவதுபோல் கேட்டது. திரும்பி நாலடி நடந்திருப்பார். அங்கிருந்த பெட்டிக் கடையில், பீடி பற்ற வைத்துக்கொண்டு மூக்கில் புகை வழிய அவரை எதிர்ப்பட்டான் பாஸ்கர்.

பீடி, அவன் வாயிலிருந்து விழுந்தது.

"பாஸ்கர்" என்றார் அண்ணாச்சி.

பாஸ்கர் ஆணி அடித்ததுபோல் நின்றான்.

"பாஸ்கர் சௌக்யமா?"

அவன் அமைதியாக இருந்தான்.

"என்ன இளைச்சுட்டே? உடம்பு கிடம்பு சரியில்லையா?"

அவன் அமைதியாக நின்றான்.

"டீ சாப்பிட்டையா? பலகாரம் சாப்பிடறியா?"

அவன் மண்ணைப் பார்த்துக்கொண்டு நின்றிருந்தான்.

"வா நிழல்லே நிற்போம்"

அவர்கள் சைக்கிள் கடை நிழலில் போய் நின்றார்கள்.

"உன் அம்மா காலமானபோதுகூட நீ ஊருல இல்லையே... நான் வந்திருந்தேன்..."

"ஏன், என்னமோ போலிருக்கே... உடம்பை பார்த்துக்கோ..."

அண்ணாச்சி அவன் சட்டையில் ஊர்ந்த ஒரு பூச்சியைத் தட்டிவிட்டார்.

அவர்கள் சில நிமிஷங்கள், அமைதியாக நின்றுகொண்டு இருந்தார்கள். இடை இடையே, மின்சார ரயிலின் கூக்குரல், வெயில் கவிந்த பகல் பொழுதைக் கிழித்துக்கொண்டிருந்தது.

அண்ணாச்சி, அக்கம் பக்கம் பார்த்து, அவனிடம் கேட்டார்.

"பாஸ்கர், ஏதாவது செலவுக்குப் பணம் வேணுமா என்கிட்டே இருநூறு ரூபாய் இருக்கு"

அவன் அவரை நிமிர்ந்து பார்த்தான்.

"வேணாம்" என்று தோன்ற தலையசைத்தான்.

"சரி நான் வர்றேன். உடம்பை பார்த்துக்கோ..."

அண்ணாச்சி நகர்ந்தார்.

அண்ணாச்சி தன் அறைக்கு வந்து சேர்ந்தபோது மணி இரண்டாகி இருந்தது. மிகுந்த களைப்பாக இருந்தது அவருக்கு. சட்டையைக் கழற்றி ஆணியில் மாட்டி விட்டுப் படுத்தார்.

கதவு தட்டப்பட்டது.

"அண்ணாச்சி..." என்றது ஒரு பதற்றமான குரல்.

அண்ணாச்சி கதவைத் திறந்தார். காளி நின்றிருந்தான்.

"என்ன காளி"

"பாஸ்கர் இல்லே..."

"சொல்லு..."

"மின்சார ரயில்லே விழுந்துட்டான் அண்ணாச்சி... பாடியை போலீஸ் எடுத்துப் போயிருக்கு..."

"எப்போ நடந்துச்சு..."

"இப்போ... ஒரு மணி நேரத்துக்கு முன்னாலே..."

"கடவுளே..."

"அவனுக்குப் போயி பரிதாபம் காட்டறீங்களே..."

அண்ணாச்சி சட்டையை மாட்டிக்கொண்டு புறப்பட்டார்.

1995

அந்தக் குரல்

குப்பியைத் திறந்து மாத்திரைகளை மேசை மேல் கொட்டினாளள்பார்வதி. குழல் விளக்கு, மங்கலாக எரிந்துகொண்டிருந்தது. மின்சாரம் பற்றாக் குறையாக இருக்கும். பார்வதி தனக்குள் சிரித்துக்கொண்டாள். என்னத்துக்கு இந்த நேரத்தில் போய் வெளிச்சத்தைப் பற்றிச் சிந்திப்பது என்று நினைத்துக்கொண்டாள்.

கூஜாவில் இருந்து தண்ணீரை டம்ளரில் நிறைத்துக் கொண்டாள். அந்தக் குறைந்த வெளிச்சத்திலும், மாத்திரைகள் மின்னின. மின்னும் பொருள்கள் அவளுக்கு மிகவும் இஷ்டம். ஜாக்கெட்டில், அதன் கைகள், முதுகுப்பக்கம், மின்னும் பொருள் வைத்து தைப்பது அவளுக்கு மிகவும் பிடிக்கும். பார்வதியின் ஒற்றை மூக்குத்தியிலும் கம்மலிலும் வைரம் மின்னிடும். ரோஸ் நிறத்தில் மின்னும் ஜன்னல் திரை, காற்றில் ஆடியது. தன் விரல்களைப் புரட்டிப் பார்த்தாள் அவள். மோதிர விரல்கள் மற்றும் சுண்டு விரல்களில் வைரங்கள் மின்னின. உட்கார்ந்த இடத்திலிருந்தே கண்ணாடி தெரிந்தது. அதில் அவள் தெரிந்தாள். கழுத்து, வைர நெக்லசில் மின்னியது. அவளுக்கு நகைகள் பிடிக்கும். அதே சமயத்தில் பிடிக்காது என்று மற்றவர்களிடம் சொல்லப் பிடிக்கவும் செய்தது.

நினைக்கிறபடியெல்லாம், பேச முடிகிறதா?

அவள் ஒரு மாத்திரையை எடுத்து வாயில் போட்டுக் கொண்டு தண்ணீர் குடித்தாள். அதை படிப்படியாக வளர்த்துக்கொண்டு போக வேண்டும். எதற்கும் அவசரம்கூடாது. அவசரப்பட்டு

அவசரப்பட்டு இந்தக் கதிக்கு வந்ததுபோதும். இதுக்கும் அவசரம் ஆகாது. மிக அழகிய ஒன்றை அவள் செய்துகொண்டிருக்கிறாள்.

அவளுக்கு இரண்டு விஷயங்கள் உயிரோடு பிணைந்திருப்பதாக அடிக்கடித் தோன்றும். அதில் இரண்டாவது, அவளே, கட்டிய இந்த வீடு. செங்கல் செங்கல்லாக அது உயரும்போது அவள் அருகில் நின்று பார்த்துப் பார்த்து கட்டிய வீடு. அவள் அறையை, வழக்கத்துக்கு விரோதமாக முட்டை வடிவில் அமைந்திருந்தாள். சதுரம் சதுரமாக வாழிடத்தை அமைக்க வேணும் என்பது யாரின் விதி?

முட்டை வடிவம்; உலகின் வடிவம்; கர்ப்பப்பையின் வடிவம். நீளத்திலும் அகலத்திலுமாகச் சுற்றிச் சுற்றி அறையை வலம் வந்தாள். அதனிடமிருந்தும் அவள் நன்றி கூறி விடை பெற வேண்டும். எத்தனை வருஷங்கள், அதன் மடியில் அவள் ஒரு குழந்தையாக இருந்துள்ளாள்.

ஒற்றைக் கட்டில், அதன் அருகே ஒரு பூந்தொட்டி, காலுக்கும் கீழே, மெத்தெனப் பரவும், வெளிர் நீல, புசுபுசு கார்பெட், மிகவும் சுத்தமாக, எந்நேரமும் லோஷன் மணக்கும் குளியல் அறை.

நடந்து மீண்டும் வந்து, அடுத்த மாத்திரையை எடுத்துப் போட்டுக்கொண்டு தண்ணீர் குடித்தாள் பார்வதி. கால் பஞ்சுபோல் மெத்தென்று ஆவதுபோல உயரத் தொடங்கி இருந்தாள் அவள். வீடு முழுக்க “ஹா” என்று இரு கைகளையும் விரித்தபடி சோபா, ஜன்னல் விரிப்புகள், கச்சிதமாகச் சுத்தமாக மிளிரும் கிச்சன், என்று வீட்டின் அத்தனை இடங்களையும் நடந்து பார்த்தாள். சங்கவி புழங்கிய இடங்களையும் நடந்து பார்த்தாள். சங்கவி புழங்கிய பகுதிகள் இவை. அவள் வாசனையுடன் கலந்து இருந்தது அந்தப் பகுதி. சங்கவி, சந்தோஷமாகத் திடீரென்று தனக்குக் கிடைத்த விடுமுறையை எதிர்கொண்டாள்.

“என்னம்மா” என்றாள் ஆச்சர்யமுடன்.

“ரொம்ப நாளா, ஊரைப் பார்க்க போகணும்னு சொன்னியே, போய் வாயேன்”

அவள் ஆனந்தத்துடன் தலையை அசைத்துக்கொண்டாள்.

“உங்களுக்குத் துணை இல்லாமே...?”

“துணையோடா வந்தோம். தனியா வந்தோம். தனியாத்தான் போகணும். யாரும் துணைக்கு அங்கெல்லாம் வர முடியாது”

எல்லோருக்கும் விட்டுப் போவது மகிழ்ச்சியான அனுபவமாகவே இருக்கிறது.

பார்வதி மீண்டும் வந்து அமர்ந்தாள். மூன்றாவது மாத்திரையை விழுங்கி வைத்தான்.

அந்த இன்னொன்று – அந்த தொலைப்பேசிக் குரல். வரும் என்று அவள் எதிர்பார்த்தாள். எப்போதெல்லாம் அவள் விரக்தியின் விளிம்புக்குச் சென்று தனக்குத்தானே இறுகிக்கொண்டும், தன் ரணத்தைத்தானே கீறிக்கொண்டும், வடிகிற இரத்தத்தை சாட்சியாகப் பார்த்துக் கொண்டும் அலமந்து போகும் நிலைமைகளின்போதெல்லாம், எப்படியோ, அவளைப் பக்கத்தில் நின்று பார்ப்பதுபோல, அந்தக் குரல் கூப்பிடும்.

முதன் முதலாக அது என்று அவளை அழைத்தது? கல்யாணம் செய்துகொண்ட ஆரம்ப காலத்தில், அவன் அவள் நெற்றியில் பேப்பர் வெயிட்டைத் தூக்கிப் போட்டு அடித்தபோது. ஏதோ அவசரத்தில், கட்டுப்போட்டு இரத்தத்தை நிறுத்தினாள் அவள். அலுப்பில், அவன் உறங்கிப் போயிருந்தான். அவள் உடம்பில் இருந்து இரத்தம் வடியும்போதெல்லாம் அவன் பௌருஷம் கிளர்ந்தெழுகிறது. அலுப்பு தீர அவன் உறங்கிக்கொண்டிருந்தான். வலி, வலி கொல்லும் வலி. அவள் உறங்காமல் விழித்துக்கொண்டிருந்தாள். அந்தச் சமயத்துக்கே உரியபடி நகத்தைக் கடித்துக்கொண்டிருந்தாள். அப்போதுதான் அந்த தொலைபேசி, முதன் முதலாக வந்தது.

“யார்” என்றாள் பார்வதி.

“நான்தான். அது முக்கியம் இல்லை. கல்யாணத்தை அவசரமாக முடிவெடுத்து விட்டாய், பார்வதி.”

“பச்”

“இன்னும் நெடுந்தூரம் நடக்க வேண்டியிருக்குமே. இந்த செத்த பன்றியைச் சுமந்துகொண்டா நடக்கப் போகிறாய்?”

அவள் திகைத்துப் போனாள். என்னவோகூடவே பிறந்த நகம்போலவும், தோல்போலவும், அவளை மிகவும் அறிந்தவர்போல அந்தக் குரல் பேசியது. விதிர்விதித்து அவள் தொலைபேசியை ஏந்திக்கொண்டு நிற்கும்போதே அது துண்டிக்கப்பட்டது. ஏதோ உணவுப் பொட்டலத்தைப் போட்டுவிட்டுப் பறந்து போகும் வெள்ளச் சேத காலத்து விமானம்போல இருந்தது.

அதன் பிறகு, அவள் அந்தக்குரலுக்கு ஏங்க ஆரம்பித்தாள். அடிக்கடி அது அவளைத் தொந்தரவு செய்வதும் இல்லை. அடுத்த படியாக, அவள் ஷூட்டிங்குகளைக் கேன்சல் செய்து விட்டு, வீட்டில் இருந்தபோது, ஓர் இரவு இரண்டு மணிக்கு மேல் அது கூப்பிட்டது. அப்போது அவன் வெளியூர் போயிருந்தான். ஒருக்கால் அது அவனாக இருக்குமோ என்று அவள் நினைத்தாள். படுக்கையில் அவள் பக்கத்தில் படுத்திருப்பவன் யார் என்று அறியும் வேஷக் குரலாக இருக்கும் என்று அவள் எதிர்பார்த்தாள். அப்படி யதார்த்தத்தில் இருந்தால், அது பார்வதிக்கும் சந்தோஷமாக இருக்கும். இல்லை என்பதால் சற்று வருத்தமாகக்கூட இருந்தது. இந்த எண்ணத்தில் அவள் தொலைபேசியை எடுத்தாள். ஆனால், அது அவன் குரல் இல்லை.

"யார்" என்றாள் பார்வதி.

"நான்தான்."

"என்ன இந்த நேரத்தில்?" என்ற பார்வதியின் குரலில் எரிச்சல் இல்லை.

"திரும்பவும் அவசரப்படுகிறாய் பார்வதி?"

"எதில்?"

"ஷூட்டிங்கை எல்லாம் கேன்சல் செய்துவிட்டாய். அப்புறம் என்ன செய்வதாய் உத்தேசம்?"

"சந்தோஷமாய் வீட்டில் இருப்பேன்"

"வீட்டில் இருப்பாய். ஆனால் சந்தோஷமாய் இருப்பாயா?"

"ஏன். இருப்பேன்"

"முட்டாள், நடிப்பை உன்னிடம் இருந்து கழித்து விட்டால், அப்புறம் நீ யார்?"

அவன் விருப்பத்தையும், கட்டளையையும் மீறி, பார்வதி அதற்குப் பிறகு நடிக்கப் போனாள்...

பார்வதி தோட்டத்துக்குப் போனாள். கல்கத்தா, பாட்னா, என்று எங்கு போனாலும், வித்தியாசமான பூச்செடிகளைக்கொண்டு வந்து தோட்டத்தில் வைத்துக் கொள்வதில் அவளுக்கு இஷ்டம் இருந்தது. எல்லாமே பூச்செடிகள், வித்தியாசமான வாசனைகள்கொண்டவை. தன்னைச் சுற்றிலும் எப்போதும் மணம் இருந்துகொண்டே இருக்க வேண்டும். வாசனைகளால் அவள் அறியப்பட வேண்டும்.

தோட்டத்தைக் கூரைபோல, இருட்டு கவிந்துகொண்டிருந்தது. பிசைந்து தட்டிய அடைபோல, இருண்டு இடுக்குகள் அற்ற இருட்டு. இருட்டு அவளுக்குப் பிடிக்கத் தொடங்கியது. அவள் கல்யாணத்துக்குப் பிறகுதான், அவன் உறங்கிவிட்ட பிறகு அவள் உயிர்த்து எழுந்தவள்போல உற்சாகம் பெறுவாள். பால்கனியில் இருக்கும் பிரம்பு நாற்காலியில் அமர்ந்துகொண்டு இருட்டைப் பார்த்துக்கொண்டு இருப்பாள். இருட்டும் தானும் ஒன்றாகி விட்டதுபோல உணர்வாள். இருட்டு, ஒரு சுத்தியல்கொண்டு அவளைத் தட்டித் தட்டித் தகரம்போலாக்கி, பருமன் அற்றவளாக்கி, காற்றுபோல அகலம், நீளம் அற்றவள் ஆக்கி, தன்னுடைய நீட்சியாகவே இட்டு அவளை ஆக்கி விட்டது என்று அவளுக்குத் தோன்றும். இருட்டு அவளுக்குத் துணை செய்வதாகவும் இருந்தது. இருட்டு அவளுக்குப் பாதுகாப்பு. தான் இல்லாமலும், அறியப்படாமலும், தன்னையே ஆக்கிக்கொள்ள இருட்டு அவளுக்கு உதவியது. இருட்டுக்குக் கண்கள் உண்டு. அவளுக்குத் தெரியும். நட்சத்திரங்கள் அல்ல, இருட்டின் கண்கள். பகலின் கண்கள் சூரியன் அல்ல என்பதுபோல இதுவும். புகைந்து புகைந்து, செருமிச் செருமி, பம்மிப் பம்மி கனவுக் கயிறொன்று அவர்களைக் கட்டுவதைப் பார்வதி தினம் தினம் உணர்ந்துகொண்டே இருக்கிறாள். அவளையும் இருட்டையும், இருட்டை இரண்டு கண்களாலும் அவள் பார்ப்பதைக் காட்டிலும், நெற்றியில் இருந்து கிளர்ந்தெழும் அந்த மூன்றாம் கண்ணே நிறைய பார்க்கும். இருட்டைச் சரியாகப் பார்க்கத் தெரியாததால்தான் இந்திரனுக்கு அத்தனை கண்கள் தேவைப்பட்டதாய் இருக்கும். தெய்வங்களுக்கு நிறைய கண்கள். இருட்டை அவர்களே அடர்த்தியாகக் காண்கிறார்கள்.

இருட்டுக்கு வாசனை உண்டு. இருட்டு மூச்சு விடும். இருட்டு கண் கலங்கும். பக்கத்தில் வந்து கூப்பிடும். இருட்டு பக்கத்தில் வந்து அமர்ந்து, வேர்க்கடலையைக் கொரிக்கும். தோழமையாய் அவர்கள் தோளில் ஒரு கைவிழும். அது இருட்டின் கரம். மெத்து மெத்தென்ற தாயின், தந்தையின் கரம். தாயை மாத்திரம்தான் பார்வதி அறிவாள். அம்மாவை நினைக்கும்போதெல்லாம், அவள் சூடிய மல்லிகை சரங்களே நினைவுக்கு வந்து அவளைக் கிளர்த்தும். அம்மா ஒருநாள் மாத்திரைகள் நிறைய தின்று இறந்து போனாள். அப்போது பார்வதிக்குப் பதின்மூன்று வயது. அறைக்குள், சேஷண்ணாவும், தியாகராஜனும் பார்வதியும் இருந்த மறுநாள் காலைதான் விடிந்துகொண்டிருந்தது உலகுக்கு. அம்மா

கண்ணை மூடி காலைப் பறவைகள் பேச்சுக்களைக் கேட்க முடியாத தூரத்துக்குப் போய் விட்டிருந்தாள்.

அன்று இரவு, அவள் பால்கனியில் அமர்ந்திருந்தாள். அநேகமாக அன்றுதான் இருட்டை முதல் முதலாக அறிந்துகொண்டிருக்க வேண்டும்.

ஊதல் காற்று குளிரெடுக்கவே, அவள் கீழே வந்தாள். மீண்டும் இரண்டு மாத்திரைகளை விழுங்கித் தண்ணீர் குடித்தாள். தட்டாமாலை ஆடுவதுபோல இருந்தது. அவளை யாரோ இரண்டு பேர் மேலேயும் கீழேயும் தூக்கிப் போட்டுப் பிடிப்பதுபோலவும் இருந்தது. கழுத்தை நிமிர்த்த முடியாமல், தலை தொங்கியபடியே அவள் அறையைப் பார்த்தாள். திடுமென விளக்குகள் பிரகாசமாக எரிந்தன. சொர்க்க விளக்குகள் போலும் இவை. அவள் நிச்சயம் சொர்க்கம்தான் போவாள். அவன் வரமுடியாத இடம் அது ஒன்றாகத்தான் இருக்க முடியும்.

தனக்குத்தானே அவள் விடைபெற்றுக்கொண்டாள். இன்னும் இரண்டு மாத்திரைகள்போதும். தேவைக்கும் அதிகம். அவள் ஏறிப் போக வேண்டிய தேர் வந்து சேர்ந்து விடும். அவளே விரும்பினாலும் அவள் பயணத்தைத் தடுத்துவிட முடியாது. தேரில் படிக்கட்டில் ஏற முடியாது என்று அவள் சொல்ல முடியாது.

மாத்திரைகளை அவள் கையில் எடுத்தாள். கடிகாரக் குருவி ஒன்று வெளிப்பட்டுக் கூவி ஓய்ந்தது. காலக் கண்ணிகளைப் பாடுகிறதா அல்லது காலகண்டனைக் கூப்பிடுகிறதா? அவள் கதவைச் சாத்திக்கொண்டே குருவியைப் பார்த்தாள். அது மறைந்து விட்டிருந்தது.

கையில் உள்ள மாத்திரையை வாயின் அருகில்கொண்டு போனாள்.

தொலைபேசி கூப்பிட்டது. அலறிக்கொண்டு கூப்பிட்டது. தள்ளாடியபடி பார்வதி எழுந்து சென்று தொலைபேசியைக் கையில் எடுத்தாள். கடைசி முறையாக, தான் கேட்கிற மனிதக் குரல் அது என்று அவளுக்குத் தோன்றியது.

"யார்?"

"நான்தான்."

"எப்படி... எப்படி... இந்த நேரத்தில்...?"

“நான் உன் பக்கத்தில்தான் இருக்கிறேன். உன்னைப் பார்த்துக்கொண்டுதானே இருக்கிறேன்”

“...”

“என்ன பைத்தியக்காரத்தனமான முடிவு?”

“பத்திரிகைக்காரன் மாதிரி பேசாதே, என்னுடைய மன உளைச்சல் உனக்குத் தெரியாது”

“சரி. எதற்குச் சாகிறாய்?”

“வாழப் பிடிக்கவில்லை”

“ஏன் வாழப் பிடிக்கவில்லை?”

“வாழ்ந்தது போதும்”

“அப்படித் தோன்றுவது இல்லை. மனித குலத்தின் சாபமும் அதுதான்; வரமும் அதுதான். அங்கமெல்லாம் அழுகி வழிகிற நோயாளிக்குக்கூட வாழ்க்கை பிடிக்கிறது”

“எனக்குப் பிடிக்கலையே”

“உனக்காக, நீ பார்க்க வேண்டும் என்று நீ அருமையாக வளர்க்கிற ஸ்வர்ணமாலிகா நாளைக் காலையில் பூக்கும். அதை ஏமாற்றப் போகிறாயா, என்ன?”

“...”

“அப்புறம் நீ நொந்து போய் சாகவில்லை. மாறாக, சில பேரை நோகடிக்கச் சாகப் பிரியப்படுகிறாய். நீ செத்ததனால் யாரெல்லாம் கழிவிரக்கப்படுவார்கள் என்று உனக்குத் தெரியும். அதுதான் உன் நோக்கம்”

“வேறு வகையில் எப்படி நான் பழி வாங்க முடியும்?”

“வாழ்ந்துதான். மனிதர்க்கு முன்னால் வாழறது மூலம்தான் மனிதர்களைப் பழி வாங்க முடியும். நீ செத்தாலும் சூரியன் உதிக்கும். நிலா வரும் என்கிறபோது செத்து எதைப் பெறப் போகிறாய்”

“எல்லோரும் சாகத்தானே வேண்டும், ஒரு நாளைக்கு”

“ஆமாம், அப்படி விதித்து இருக்கையிலே, நீயே வருந்தி எதற்கு ஒரு விதிக் குழப்பத்தை ஏற்படுத்தப் போகிறாய்?”

“இருந்து என்ன சாதிக்கப் போகிறேன்?”

"சாதிக்க முடியாதவர்களே நிறைய பேர் வாழ்கிறார்கள். உலகத்துக்குத் தேவைப்படாதவர்கள் எல்லாம் இறந்து போக வேண்டும் என்றால், ஊருக்கு ஒருத்தர், இரண்டு பேர்தான் வாழ்வதற்கு நியாயம் உள்ளவர்களாக இருக்கிறார்கள்.

"நான் போவதால் யாருக்கும் நஷ்டம் இல்லை"

"அதுதான் உன் கவலை, இல்லையா? இருந்து எத்தனை காரியம் ஆற்றலாம்? நீ இருப்பதை உன் சக மனிதர்க்கு வெளிப்படுத்தலாம். உன் இருப்பு, அவர்களுக்கு ஏதோ ஒரு வகையில் சந்தோஷத்தைத் தரக்கூடும். சஞ்சலத்தையும் தரக் கூடும். இரண்டுமே சத்தானதுதான். உன் பாடி ஸ்பிரேயின் மணம், உன் சகாக்களுக்கும் ஹிதம் தரக்கூடும். உன் பேச்சு, சிலருக்கேனும் சில வேளைகளிலேனும் பரவசம் தரலாம். உன் உடம்பு, சிலருக்கேனும், இன்னும் சுகம் தரலாம். உன் நகத்தின் பூச்சு, இன்னும் உதிராமல் இருக்கிறது. உன் உதட்டுச் சாயம் இன்னும் உலராமல் இருக்கிறது. உன் புத்தக அலமாரியில் இன்னும் பல புத்தகங்கள் படிக்கப்படாமல் இருக்கின்றன. புதுப் புத்தகத்தின் வாசனை அற்புதம். உன் பாவாடையின் ஓரம், இன்னும் அழுக்குப் படாமல் மிகவும் சுத்தமாக இருக்கிறது. உன்னிடம் அழுக்கு இல்லை. ஆகவே நீ இன்னும் வாழத் தகுந்தவளே... பேசாமல், மிச்சம் இருக்கிற மாத்திரைகளை வீசி எறிந்து விட்டுப்படு. ஓய்வு கொள். நீ விழிக்கிறபோது, எங்கிருந்தாவது ஒரு குயில் கத்துவதைக் கேட்பாய். குயிலா கத்துகிறது? நீயே கத்துகிறாய்... நீயே கேட்கிறாய், நீ எரிகிறாய். ஆகவே, நீயே குளிர் காய்கிறாய்?...

தொலைபேசி நழுவி தரையில் சரிந்தாள் பார்வதி.

உணர்வு திரும்பும்போது பார்வதி, கட்டிலில் படுத்திருந்தாள். தலைமாட்டில் வெள்ளை உடையில் ஒரு நர்ஸ். அவளையே பார்த்தபடி சங்கவி நின்றிருந்தாள்.

தலையை சுத்தியல்கொண்டு தாக்குவதுபோல் உணர்ந்தாள் பார்வதி. தெளிவு பெற இரண்டு மணி நேரம் ஆயிற்று அவளுக்கு.

"நீ எப்படி வந்தே?"

அவள் என்னவோ சொன்னாள்.

"இன்னிக்கு என்ன கிழமை?"

"புதன் கிழமைம்மா"

பிரபஞ்சன் | 27

திங்கள் இரவு அவள் மாத்திரைப் பயணத்தைத் தொடங்கி, அரையும் குறையுமாக நிறுத்திக்கொண்டது நினைவுக்கு வந்தது.

மறுநாள் காலை, அவள் எழுந்து அமர்ந்து பழரசம் சாப்பிட்டாள். எங்கோ ஒரு குயில் கூவியது. சங்கவியிடம் கேட்டாள்.

"அந்தக் குயில் எங்கேந்து கூவுது?"

சங்கவி நெற்றியைச் சுருக்கிக்கொண்டு கேட்டாள்.

"எனக்குக் கேட்கலையம்மா"

காலை பத்து மணி இருக்கும். ஈசி சேரில் இருந்து, பேப்பர் வாசித்துக்கொண்டிருந்தாள் பார்வதி.

சங்கவி வந்து சொன்னாள்.

"டெலிபோன்காரங்க ரிப்பேர் பண்ண வந்திருக்காங்கம்மா"

"என்ன ரிப்பேர்?"

"நம்ம டெலிபோன் "டெட்" ஆகி பத்து நாள் ஆச்சேம்மா... நான் போறதுக்கு முன்னமேயே 'டெட்' ஆச்சே, போகும்போது 'கம்பிளைண்ட்' பண்ணினதுக்கு இப்போ வந்திருக்காங்க..."

"டெட்டா.? நான் பேசினேனே?"

சங்கவி பார்வதியை ஆச்சரியமாகப் பார்த்தாள்.

"நேத்திக்குக்கூட நம்ம போன் வேலை செய்யலைம்மா. எப்படி நீ பேசி இருக்க முடியும்?"

1999

அமானுடன்...

“தாழி... காலைலேந்து, காலை மரிச்சு மரிச்சுக்கிட்டு வந்து நிக்கிறான். என்னன்னு சொல்லித் தொலைய மாட்டேங்றான். ரொம்ப குசும்பனாயிட்டான் அவன்...” என்று தனக்குள் சொல்லிக்கொண்டார் முத்துப்பாண்டி.

நேர்வகிடு மாதிரி இருந்தது வரப்பு. வரப்பு வழி அவர் களத்து மேட்டில் ஏற, தெற்குப் புளிய மரத்துப் பக்கமாக வந்து நின்றார். மாலைக் கடன் கழிக்க, குளக்கரைக்கு வந்தவர் அவர். அப்படியே குளத்தில் ஒரு முங்கல். துவட்டிக்கொண்டு நீண்டு வளர்ந்திருந்த தலைமுடியை உலர வைத்துக்கொண்டு நின்றவர்க்கு, வயிறு கிள்ளியது. பேச்சி கடைக்குப் போய் ரெண்டு வடைகளைப் பிட்டுப் போட்டுக்கொண்டு, ஒரு டீயைக் குடித்தால் தேவலை என்று இருந்தது. துவைத்த வேஷ்டியை அகல விரித்து முதுகுப் புறமாகப் பிடித்துக்கொண்டு, கோவணத்துடன் நடந்து களத்து மேட்டு வழி தெருவுக்கு வந்தார். பகல் நேரத்திலும்கூட, இரண்டு கிடக்கும் புளியஞ்சாலை, தெற்கு மரத்தண்டை அவர் வந்தபோது, திடுமென உடம்பு மயிர்க்கூச்செறிந்தது. லேசான மயக்கம்கூட வந்து விட்டது. அவருக்கு, கால் பின்னிக்கொண்டு தடுமாறியது. ஆவேசம் வந்து விட்டது என்பது அவருக்குப் புரிந்தது.

“த்தூ... சமயா சமயம் தெரியாமே, இப்படிக் காலைச் சுத்திக்கொண்டு நின்னா, எப்படிடா, பெரிய கருப்பா?” என்று மர உச்சியைப் பார்த்துக்கொண்டு சொன்னார். முத்துப்பாண்டி. அந்த இடத்தில்தான் அவன் குடி இருக்கிறான் என்பதை நிச்சயமாக

அறிந்தவர் அவர். அந்த இடத்திலேயே நின்று, அரைஞாண் கயிற்றில் கட்டித் தொங்கிவிட்ட விபூதிப் பையிலிருந்து ஒரு சிட்டிகை திருநீறை எடுத்து நெற்றியில் "சம்போ மகாதேவா" என்றபடி பூசிக்கொண்டார்.

"காத்து மாத்து அண்டாமே, காடன் மாடன் அணுகாமே காத்து ரட்சியும், கருப்பசாமி... காட்டுக் கரம்பு வேல்சாமி..." என்று முணுமுணுத்துக்கொண்டார். ஆவேசம் நீங்கியது மாதிரி இருந்தது. தன் இடப்பக்கமாக பார்த்தார். அவன் நின்றுகொண்டிருந்தான். ஒரு பனைமரம் உயரத்துக்கு. அப்புறம் குள்ளக் கத்தரிக்காய் உருவம் எடுத்துக்கொண்டான் அவன்.

"தாழி... வரியா... வா... பேச்சிப்பய கடைக்குத்தான் போறேன். வா பேசிட்டே போவோம்... நீயும்தான் என்ன செய்வே..." என்றபடி மறுபடியும் தோளில் போட்ட வேஷ்டியைப் பிரித்துக் காயப் போட்ட படி நடந்தார். அவருடன் அந்த பேரக் குழந்தை, தாத்தாவோடு நடப்பது மாதிரி நடந்து வந்தான்.

மண், குளிர்ந்திருந்தது, இருட்டத் தொடங்கி இருந்தது. தெருவின் இருபுறமும் ஆங்காங்கே தென்னை ஓலை வேய்ந்த ஓடுகள். உரலில் கட்டின ஆடுகள், இவர்களைப் பார்த்ததும், ஆவேசமாகக் கத்தின. கயிறை அறுத்துக்கொண்டு போக முயல்வன மாதிரியாக அலைந்தன.

"பார்த்தியா... ஆட்டுக் கண்களுக்கு உன்னைத் தெரியுதுடா கருப்பா..." என்றார்.

"ம்ங்..." என்று அவர் சொன்னதை ஒப்புக்கொண்டான் கருப்பு, தொடர்ந்து அவனே சொன்னான்.

"பாம்பும், ஆட்டுக் கிடாவும், நாயும் அறியும்; மனுசங்கதான் என்னை அறியமாட்டாங்க..."

"அது சரி! தாழிகளுக்கு ஊனக் கண்ணுதானே...!" என்று அவர் சொன்னதை ஒப்புக்கொண்டான் அவன்.

திடுமென, ஆள் அரவமற்ற அந்த இடத்தில் சுருட்டு வாசம் வீசியது. இடப்பக்கம் பார்த்தார் அவர். ஒரு அடி நீளத்துக்கு ஒரு சுருட்டைப் புகைத்துக்கொண்டு வருவது தெரிந்தது. கருப்பு சுருட்டுப் பிடிப்பான். கூடவே சாராயமும் குடிப்பான். அது அவன் வழக்கம். கொடை நடக்கிறது என்றால் சாராயம், தெருவை நனைக்குமே. தண்ணீர்பட்ட பாடாய் ஓடும். அது ஒரு காலம்.

தாழிகள் இப்போதெல்லாம் எவன் கொடை கொடுக்கிறான்? பூசை வைக்கிறான்? எல்லாம் கலி காலம். சாமியாவது பூதமாவது என்று பேசத் தொடங்கிவிட்டார்கள். நகரத்துக்குப் போய் படித்து விட்டு வருகிற தாழிகள் ஒருத்தருக்கும் கருப்பு, சின்னக் கருப்பு, மாடன், தலையன், மம்பட்டியான், என்று கொஞ்சமாவது பயம் இருந்தால்தானே? மசுருப் படிப்பு படிக்கிறானுங்க...

“அது சரிதான். எல்லாம் குறைஞ்சு போச்சு” என்றான் கருப்பன். அவர் நினைப்பதைப் புரிந்துகொண்டவனாக.

“அதுல பாரு கருப்பா... ஊர்க்கவுண்டர் வீட்டுல பொண்ணுக்கு கல்யாணம் குதிர்ந்துச்சுதே... அவர் எப்படியாக் கொத்த மனுஷர். அவர் கொடை போடுவார். ஒரு ஆடாவது அடிப்பார்னு இருந்தேன். என் வாயிலே மண்ணைத்தான் போட்டார்...”

“ஆமா... நான்கூட எதிர்பார்த்துக்கிட்டுத்தான் இருந்தேன். ஆசாமி ஏமாத்திபூட்டார்”

“கவுண்டர் நல்ல மாதிரிதான். சாமி, பூதம்னா பயந்துக்குவார். அவன் மகன் இருக்கானே, பிரசெண்டு, அந்தத் தாழிதான் வேண்டாம்னுட்டான். சிலை தெய்வம்லாம் வேணாமாம். என் முன்னாலேயே சொன்னான்னா பாரேன். எவ்ளோ கொழுப்பு இருக்குன்னு... தி. தாழி, கொஞ்சமும் உன் “பவரை”க் காட்டினாத்தானே? ராத்திரியில, இந்தப் பக்கமாதானே வீடு திரும்பறான். பயலை, ஒரு அறை அறையேன். வழிக்கு வந்துருவானே... காலம் மாறிப் போச்சு, கருப்பா... உயிரோடதான் இருக்கோம்னு அடிக்கடி தாழிகளுக்கு நிரூபிச்சுக்கிட்டே இருக்கணும். தூங்குறபோதுகூட கால் விரலை ஆட்டிக்கிட்டே இருக்கணும்... இல்லேன்னா செத்துட்டம்னுகொண்டு போயி புதைச்சுப் போடுவாங்கோ... நீ என்னடான்னா... அநியாயத்துக்கு அடங்கிப் போயிட்டியே கருப்பா... கிழவன் கைத்தடி மாதிரி. கொஞ்சம் விருட்டும் முரட்டும் வேணும்ப்பா. நீயே ஒரு காலத்துல எப்படி இருந்தே... இந்த ஏரியாவிலே மனுஷன் நடக்க முடியுமா, நடக்க விட்டியா. உறுமை வேளையிலே நடந்தான்னு புள்ளத்தாச்சியை அறைஞ்சி, தாய் வேறயா, புள்ளை வேறயா ஆக்கினேயே... எத்தனைப் பயல்களை அறைஞ்சி ஒழுங்கு பண்ணி இருக்கே. எனக்கேகூட, எத்தனி பயம் உன் மேலே. என்னயே அலமந்து பண்ணிட்டயே... அப்படியாக்கொண்டே உனக்கு என்ன வந்துச்சு. இப்படி வாலாட்டுற நாய் ஆயிட்டயே. இப்பம்,

ஒன்னும் ஆயிடலை ரெண்டு வாட்டி, உன் விசுவரூபத்தை எடுத்து நில்லு. நாலு பேரை இரத்தம் கக்கி வையி... கொஞ்சம் பேரை, வயிறு போக வையி... அப்போதான் தாழிங்க மனசுல கொஞ் சமாவது பயம் வைக்கும்ப்பா... இல்லேன்னா சோத்துக்குப் பறக்கிற நாய்கள்கூட, குண்டிக்கு தண்ணிகொண்டு வரச் சொல்லுவாங்க. உன்னியே... என்னமோ...”

மிகக் கவனமாக அவர் சொல்றதைக் கேட்டுக்கொண்டு நடந்து வந்தான் கருப்பன். “ஆமாம்” ‘அவன் சொல்வதெல்லாம் உண்மை’ என்கிறாற்போல, தலையை அசைத்துக்கொண்டான் அடிக்கடி.

டீக்கடை.... பெட்ரோமாக்ஸ் வெளிச்சம் தெரிந்தது.

“நான் டீக்குடிக்கப் போறேன். உனக்கும் ஒரு சிறுட்டையில, வாங்கித் தரவா? கடைக்குப் பின்னாலே வர்றியா?”

“வேணாம்”

முத்துப்பாண்டி யோசித்துக்கொண்டு நின்றார். அப்புறம் சொன்னார்.

“ஒரு கில்லாடித்தனம் பண்ணுவோமா? நீ சரின்னா, நம்ம ரெண்டு பேருக்கும் நல்லது”

“சொல்லுமே”

“டீக்கடைக்காரன் இருக்கானே, அதான் பேச்சிப்பய. கொஞ்சம் சல்லுப்புல்லுன்னு” நாலு காசு பண்ணியிருக்கான். ஆள், நம வளைப்புக்கு வளைவான். அவன் மக ஒருத்தி இருக்கா... விடை குட்டி. நீ அவளை பிடியேன். பள்ளிக்கூடம் விட்டு, இந்த வழியத்தானே வருவா... பக்குன்னு பிடி. சேஷ்டை பண்ணு... ஆள் பேயோட்ட என்கிட்டதானே வரனும்...”

“ஆனா, இங்க நான் பிடிச்சுடுவேன். ஆனா, அந்த இடம் மாடசாமிக்கு அதிகாரம் உள்ள இடம். அங்கனே வந்து, நான் தின்கவோ, குடிக்கவோ முடியாதே...”

“அப்படியும் வேற இருக்கா...”

“ஆமாம், சிவனார் எங்களுக்கு அதிகார எல்லை பிரிச்சுக் கொடுத்திருக்கார்”

“எனக்கு வேண்டியது காசு. உனக்குக் கோழியும் சாராயமும். இப்படிப் பண்ணினா என்ன”

“சொல்லும்”

“பூசை முடிச்சு கோழியையும் சாராயத்தையும் இங்ககொண்டு வந்துடறேன்”

“ரொம்ப சரி...”

“எப்படி நம்ம டுபாக்கூர் வேலை!”

“ஆங்... என்ன வேலை?”

“டுபாக்கூர் வேலை. அப்படின்னா, பேத்து மாத்து வேலை என்ன கருப்பா, தமிழே தெரியலயே உனக்கு? சரி பசிக்குது. நான் கிளம்பறேன். நாளைக்கே பிடிச்சுக்கிடணும், பேச்சி மவளை. சரியா?”

“சரி நான் புறப்படறேன்”

“சரி புறப்படு. எங்கனே இப்போ...”

“மரத்துக்குத்தான்” என்று களைப்புடன் சொன்னான் கருப்பன்.

“சரி நானும் மேலும் நாலு இடத்துல முயற்சி பண்ணறேன். நாலு கொடை, ரெண்டு கடா வெட்டு, ரெண்டு பேய் விரட்டுன்னு நடந்தாதானே. நமக்கும் நல்லது. ஊருக்கும் நல்லது...”

“டீக்கடை கூத்து முடிந்த மைதானம் மாதிரி வெறுமையாகக் கிடந்தது. பேச்சி, தன் மனைவியுடன், சாவகாசமாகப் பேசிக்கொண்டிருந்தான். ஆம்பிளையைக் கண்டதும் பேச்சியின் மனைவி எழுந்து, சாக்குப் படுதாவை விலக்கி, அந்தப் புரத்துக்குப் போனாள். வந்தவர், கோமணத்துடன் வேறு இருந்தாரே?

“வாங்க, மந்திரக்காரரே, குளியல் ஆச்சாக்கும்...”

“ஸ்நானம் ஆச்சி...” என்றார் முத்துப்பாண்டி. அப்படிச் சொல்லவதில் ஒரு மரியாதை. மேலான பண்பு மிளிர்வதை அவர் உணர்ந்து இருந்தார். வேஷ்டியை உதறி இடுப்பில், சுற்றிக்கொண்டார். மூதாட்டிகள் மார்பு மாதிரி நீண்டு தொங்கின விபூதிப்பையிலிருந்து திருநீற்றை எடுத்துப் பூசிக்கொண்டார். அவர் நின்ற இடம் கல்லாவுக்கு எதிரே. அங்குதான் முருகன் தன் மனைவிமார்களுடன் காட்சியளித்துக்கொண்டிருந்தார். கண்ணை மூடிக்கொண்டு சில நிமிஷங்கள், மந்திரம்போலச் சில வார்த்தைகளை முணுமுணுத்தார்.

பேச்சி அவரைப் பார்த்துக்கொண்டிருந்தவன், அவனையும் அறியாமல் எழுந்து நின்றான். இயல்பாகவே தன் கைகளைக் கட்டிக்கொண்டான்.

“மூட்டு வினையெல்லாம் தீர்த்து விடு முருகா...

ஏவல் பில்லி சூனியம் எடுத்து விடு கருப்பா...

கண்ணேறு, கருப்பு, கழித்துவிடு பெரிய கருப்பா...

பெண்ணைவீட்டுப் போயிடுவாய் பிள்ளை மேல் வாராதே... கண்ணைப்போல பாதுகாரு. பச்சைமரக் கருப்பு தேவா...” என்று சொல்லிக்கொண்டே வந்தவர், பல்லை “நறநற”வெனக் கடித்துக்கொண்டு “ம்”.. “சே” என்ற ஒலிக் குறிப்புகளை எழுப்பிக்கொண்டு நின்றார். பேச்சிக்குப் பயம் பிடித்துக்கொண்டது.

“மந்திரக்காரரே... மந்திரக்காரரே...” என்றான் இரண்டு முறை பேச்சி.

முத்துப்பாண்டி, கண்விழித்தார். தன் சுற்றுச் சூழலை ஆச்சர்யமுடன் ஏதோ அயல் கிரகத்தில் இருந்து வந்தவர் போன்று ஒருமுறை பார்த்துக்கொண்டார். உடம்பை உதறிக்கொண்டார்.

“ம்? அப்படியா சங்கதி” என்று கூரையைப் பார்த்துச் சொன்னார். விசுப் பலகையில் அமர்ந்தார்.

“என்ன, மந்திரக்காரரே!” என்றான் பேச்சி...

“என்னவோ மாதிரி, உடம்பை முறிச்சுப் போடறாம்பா... அவன்”

“யாரு?”

“வேற யாரு... கருப்பன்தான், பெரியவன்”

“யார் யாரு சொன்னிய?”

“பெரிய கருப்பு... எத்தனைவாட்டி சொல்றது? அவன்தானே என்கிட்டே ஒண்டிக்கிட்டு என் வாக்குல வர்றது! நான் சொல்றது எல்லாம் பலிக்குன்னா, சங்கதி அதுவாம் இல்லை? பய, என் கைப்பிடியில அடக்கம்லா?”

“என்ன சாப்பிடறிய...” என்றபடி ஒரு காய்ந்த வாழை இலைத்துண்டை எடுத்து, அழுக்கு வேஷ்டியில் துடைத்து, அதில் இரண்டு வடையை வைத்து அவர் முன் வைத்தான் பேச்சி.

"எதுக்கு இந்த இழவு!"

"தின்னுங்க..." என்று வேண்டினான் பேச்சி.

வேண்டா வெறுப்பாக வடையைப் பிட்டு வாயில் போட்டுக்கொண்டார் அவர். இஞ்சி தட்டுப்பட வடை நன்றாகவே இருந்தது. பேச்சி, டீ போட்டுக்கொண்டு கேட்டான்.

"கூரையை பார்த்துட்டு என்னமோ சொன்னிய, என்னன்னு விளங்கலையே"

"அவன்தான் என்னமோ சொன்னான்... ஏதோ சொன்னதைச் செய்யாத சொங்கிப்பயன்னு, உன்னைத்தான். என்னமாவது வேண்டுதலைச் செய்துக்கிட்டு, அதை நிறைவேற்றலையோ? வீட்டுல யாருக்காச்சும் சுகவீனமோ, எல்லாம் கருப்பன் வேலை"

டீயை ஆற்றிக்கொண்டு இருந்தவன் கை படக்கென்று நின்றது.

"ஆமாங்க, இந்தப் பொம்பளை உடம்பு சுகவீனமா இருந்தப்போ கோழி பலி போடறேன்னு சொன்னேன். எங்கே பண்றது? சனி, சம்சாரத்தோடு வந்த மாதிரி, வந்து போனா ஒரு வில்லங்கம். என்ன பண்ணச் சொல்றிய... அதை ஞாபகத்துல வச்சுக்கிட்டு கேக்குதாக்கும்?"

"பொல்லாத பயன்னா அவன்? ஒரு வார்த்தையை விட்டுட்டா பிடுச்சுக்குவானே. இங்கனே சுத்திச் சுத்தித் திரிவான். வீட்டுல யாருக்காச்சும் உடம்பு சுகவீனமா இருக்கணுமே"

"சரியாச் சொன்னிய... பொட்டைக் குட்டிக்கு நேத்திலேந்து சாயங்காலம் ஆனா அனல் காயுது, உடம்பு சுடுது! என்னடான்னு பார்த்தேன். இதுதான் சங்கதியா?"

"பின்னே வேற! வர்றச்சே பார்த்தேனே. அந்த தண்ணி அண்டாவுக்குப் பக்கத்துல, குத்திக்கிட்டு இருந்தான்..."

"அதா?"

"ஆமாம், வேற யாரு தாழி அவன்தான்"

பேச்சியின் முகம் வெளிறிப் போயிற்று. பித்தளை அண்டாவையே பார்த்துக்கொண்டு இருந்தான். அண்டாவுக்குப் பக்கத்தில் இடம் இருந்தது.

"மந்திரக்காரரே... பூசை போட்டுடுவோம். என்ன ஆகும்?"

டீயைக் குடித்துக்கொண்டு முத்துப்பாண்டி சொன்னார்.

"பொண்ணு, அந்தி நேரத்துல யாரோ அறுத்துப் போட்ட கோழிக் காலை மிதிச்சு இருக்கா..."

"தாழி மவ செய்தாலும் செய்திருப்பா... என்ன பண்றது மந்திரக்காரரே..."

"பரிகாரம்தான். பயலுக்குப் பூசை போட்டுடுவம். ஒரு இருநூறு ரூபாயாவது வேணும். இப்படியே விட்டா, பொண்ணுக்கு வயிறு வீங்கி வயித்தாலே போயி, அப்புறம்..."

"வேணாம். உங்க வாயாலே அதைச் சொல்ல வேணாம்..."

"பின்னே? தாழி, கோழி கெட்ட கேடு, என்ன விலை விக்குது. யோசிச்சுப் பார்க்கணும், இதையே, ஐம்பது ரூபாயிலும், பண்ணலாம். ஆனா எதுக்குப் பண்ணறோம். கருப்பு சந்தோஷப்பட வேணாமா? ஏதோ பண்ணோம்னு பண்ணா, என்ன பிரயோசனம்? எனக்கென்ன போச்சு, ஒத்தை ரூவா கொடு பண்ணி வைக்கிறேன்."

"வேணாம், வேணாம் மந்திரக்காரரே, சாமிக்குப் பண்றதுலே குறை வைக்கப்படாது. நூத்து அம்பது கொடுத்துடறேன். நிறைவா பண்ணி வையுங்க. வயசுப் பொண்ணு, சுருண்டு படுத்துக்கிட்டா மனசு கேக்கவா செய்யுது..."

கல்லாவைத் திறந்து பத்து, இருபது, அஞ்சு, இரண்டு அழுக்கு ஒற்றை ரூபாய் நோட்டுகளையெல்லாம் சேர்த்து, ஒரு வழியாக நூற்று ஐம்பதைத் தயார் செய்து, அவரிடம் தந்தான் பேச்சி.

"அப்ப சரி... நாளை வெள்ளி, ராத்திரிக்குப் பூசை வச்சுக்குவோம். வடை, டீக்கு என்ன காசு?"

"சும்மா இருக்கட்டும் போங்க... இதெல்லாம் ஒரு சங்கதியாட்டும்?"

கையில் சில்லறை புழங்கியது. வேலையும் ஒன்று வந்திருக்கிறது. மிகுந்த உற்சாகம்கொண்டவராக ஆனார் முத்துப்பாண்டி. தென்னஞ்சோலை சாராயக் கடைக்குப் போய்க் குடித்தார். சாராயம்கூட இனிப்பாக இருப்பது மாதிரி தென்பட்டது அவருக்கு.

"வியஞ்சனம் என்ன வேணும்யா? ஊறுகாய் தரட்டுமா?" என்றார் கடைக்காரன்.

"தாழி... ஊறுகாயா? என்ன இருக்கு உன் கடையில!"

"கறி இருக்கு. தலைக்கறி, நண்டுப் பொரியல், எறா எல்லாமும்தான் இருக்கு. உனக்கு என்னயா வேணும்..."

"உனக்கு எதுக்கடா இந்தச் சங்கதியெல்லாம்" என்கிற தொனி, அவன் வார்த்தையில் இருக்கிறதை அவர் உணர்ந்தார். சொன்னார்.

"நண்டும், எறாவும்கொர்ண்டா..."

கடைக்காரன் அவரை ஆச்சர்யமுடன் பார்த்துச் சொன்னான்.

"உக்காருங்க அண்ணாச்சி..."

முத்துப்பாண்டி தனக்குள் சொல்லிக்கொண்டார்.

"காசில்லா ஆம்பிளையக் கட்டிவள் வேண்டாள்.

வேசியும் விரும்பாள் உறவுகளும் விலகிடுமே..."

நிறையவே குடிக்க முடிந்தது அவரால். ஆனாலும் நிலை தடுமாறுவது என்பது அவர் அளவில் இல்லை. அவிழ்ந்து தோளில் புரளும் கூந்தலை அள்ளிக்கொண்டையாக முடிந்துகொண்டார். வேஷ்டியை இறுக்கிக் கட்டிக்கொண்டு தோப்புக்கு அந்தப் புறமாக இருந்த வெள்ளச்சி வீட்டுப் பக்கம் நடந்தார். ஒரு கையில் பாட்டிலில், அவரின் பிரியமானவளான வெள்ளச்சி குடிக்க என்று சாராயம் வாங்கி இருந்தார். கடை திருப்பத்தில், வெற்றிலை பாக்குக் கடையில், நல்ல கைச் சுருட்டாக நாலு வாங்கி முடிந்துகொண்டார். வெள்ளச்சிக்குச் சுருட்டு பிடிக்கும். தோப்புக்கு வடக்காக, வடகரை போகிற ரஸ்தாவில் அரை மைல் நடந்தால் வடக்கு வாசல் விழும். அங்குதான், சவுக்குத் தோப்புக்குள் குடிசை போட்டுக் குடி இருந்தாள் வெள்ளச்சி.

வெள்ளச்சியோடு அவருக்கு அண்மைக் காலத்துப் பழக்கம்தான். சுமார் நாலைஞ்சு வருஷத்து உறவு. வெள்ளச்சியின் பட்டியலில் அடிக்கடி சில பேர் ஏறும். சில பெயர்கள் விழும். சமீப காலங்களில், மேலத்தெரு பால்கார பத்மநாபன், அவளைக்கொண்டிருந்தார். என்றாலும் முத்துப்பாண்டியையும் அவள் கைவிட விரும்பவில்லை. "தாய்க்கு நாலு குழந்தைகள் இருந்தால், நாலையுமே அவள் விரும்புவது இல்லையா" என்று கேட்பாள். யாருக்குத்தான் தத்துவம், மெய்ஞானம் லயிக்காது?

தோப்புக்கு வெளியே நின்று ஜாக்கிரதையாக பால்காரன் வில் வண்டி நிற்கிறதா என்று கண்காணித்தார். இல்லை. ஆக அவர் தைரியமாகக் கதவைத் தட்டலாம், தட்டினார்.

"யாரு?" உள்ளிருந்த குரல் கேட்டது.

"நான்தான் முத்துப்பாண்டி."

கொஞ்சம் அமைதி. எண்ணெய் காணாத கதவு, நரநரவென்று சப்தத்துடன் திறந்துகொண்டது.

வெள்ளச்சி, கசங்கிய புடவையுடனும், கலைந்த கூந்தலுடனும் நின்றிருந்தாள்.

"இப்பத்தான் வழி தெரிஞ்சதாக்கும்!" என்றாள் வெள்ளச்சி. கலைந்த கூந்தலை முடிந்துகொண்டாள். "என்ன பண்றது வெள்ளை, தாழி நம்ம பிழைப்பு நாறிப் போச்சே... இந்தா..."

"என்னது!"

"உனக்குப் பிடிச்சதுதான்..."

பாயில் அமர்ந்தார்கள் இருவரும். நகர்ந்து சுவரில் சாய்ந்து அமர்ந்துகொண்டார் அவர். இரண்டு அலுமினிய டம்ளர்களை எடுத்தாள் வெள்ளை.

"எனக்கு வேணாம்..."

"நிறைய போட்டுக்கினியோ! பதார்த்தம் ஒன்னும் வாங்கியாரல்லையா?"

"மறந்துட்டேன்"

அவள் சாராயத்தில் தண்ணீர் கலந்து ஒரே 'தம்'மில் குடித்தாள்.

"எங்க ஊருலதானே இருக்கீரு?"

"ஊருலதான் எங்க போறது. வேறே? மனுஷங்கள், தாழி தெய்வபயம் அத்துப் போயிட்டாங்க. தாழி ஊருல ஒருத்தனும் விளங்கப் போறது இல்லை..."

அவள் சிரித்தாள்.

"என்ன சிரிப்பு?"

அவள் ஊறுகாய் மட்டை தேடி எடுத்து வந்தாள். உட்கார்ந்து, மீதியையும் குடித்து முடித்தாள். ஊறுகாயை வழித்து நாக்கில் தடவிக்கொண்டாள்.

"வயிற்றாலே விடுற சாபம் எல்லாம் பலிக்குமா?"

"வயிற்றாலேயா?"

"பின்ன என்ன? நீரு கொடை, பலின்னு ஊரை ஏமாத்திக்கிட்டு இருப்பீரு. ஜனங்க, ஏமாந்தா அவங்க நல்லவங்க. ஏமாறலைன்னா, நீரு சாபம் கொடுப்பீரு. என்னையா, நியாயம் பேசறீரு! வயிறு காஞ்சி சாபம் விட்டா அது பலிக்குமா?"

"நான் ஊரை ஏமாத்தறதா சொல்றே, கருப்புகூட பட்டினி கிடக்கிறான். அவனைத் திருப்திப்படுத்தினா, நாலு நல்லது நடக்குமா, நடக்காதா? நீயே சொல்லு"

"யார் பட்டினி கிடக்கிறான்னு சொன்னே?"

"நம்ம பெரிய கருப்புதான்..."

வெற்றிலையைத் துப்பிவிட்டுச் சிரித்தாள் வெள்ளச்சி

"இந்தக் 'கப்சா'ல்லாம் என்கிட்டே வேணாம். பேய்கிட்டே நீ பேசினியாக்கும்... ஆச்சு, எனக்கும் நாற்த்தி ஏழு. இதுவரைக்கும் ஒரு மூதிகூட என் கண்முன்னாலே வரல்லையே..."

"தூஷணை பேசாதே... வெள்ளை, நேத்திக்குச் சாயங்காலம்கூட, கருப்பு என்கூட நடந்து வந்தான். பாவம், மெலிஞ்சு போய்க் கிடக்கான். சவரட்ண இல்லை. அந்தக் காலத்துல, ஆடு, கோழின்னு நிறைய கிடைச்சுது. இப்ப, தாழி எல்லாப் பயலும் இங்கிலீஷ் படிச்சுட்டு சாமி பூதம் இல்லைங்கறான். அவனுக்காகவே நான் ஒரு ஏற்பாடு பண்ணியிருகேகன்..."

"ஊரை ஏச்சுப் பிழைக்கிற பொழைப்பு எதுக்கு பண்ணீரு? ஒழுங்கா ஏதானும் வேலையைப் பாரும்யா. வேணும்னா சொல்லு, பால்காரர் கிட்ட சொல்லி உனக்கு ஒரு வேலை போட்டுத் தரச் சொல்றேன். என்ன சொல்றீரு?"

"அவன் கிட்டயா?"

"ஏன்?"

அவள் பாயை உதறிப் போட்டு, போர்வையை அதன் மேல் விரித்தாள்.

"இந்தா சுருட்டு?"

வெள்ளச்சி, சுருட்டைப் பற்றவைத்து, புகையை விட்டாள். பெண் சுருட்டு பிடிப்பதை அதன் அழகை ரசித்தார் முத்துப்பாண்டி.

“ஏன் அவர் கிட்டே வேலை பார்க்கக்கூடாது?”

“அவன் பிரியாணிப் பொட்டலம் வாங்கி என்கிட்டயே உனக்குக் கொடுத்து அனுப்புவான். இது நமக்குத் தேவையா? நம்மாலே மாமா வேலை பார்க்க முடியாது. மந்திரவாதியா, மாமாவா? நீயே சொல்லு”

“உன் இஷ்டம்”

அவள் காறி எச்சிலை உமிழ்ந்தாள்.

“பணம் ஏதாச்சும் இருக்கா?”

“பேச்சி, நூறு கொடுத்தான். கொடை போடணும். கோழி வாங்கணும்”

“ஏழு எட்டு ரூபாயை விட்டெறிஞ்சா, கோழி கிடைக்குது. நூறு ரூபாய் என்னத்துக்கு? அம்பது கொடுத்துட்டுப்போம். விடிஞ்சா செலவு இருக்கு”

“அம்பது போதுமா?” என்றபடி அதைக் கொடுத்தார்.

“பாவம் உமக்கும் வேணுமே வச்சிக்கிடும்...”

விநாயகா டாக்கிஸ், விளக்கும், அணைந்து கிடந்தது. மணி இரண்டுக்கும் மேலே என்று புரிந்தது முத்துப்பாண்டிக்கு. ஜனங்கள் ஒருத்தரும் நடைபாதையில் இல்லை. போதை சுத்தமாகப் போய் விட்டிருந்தது அவருக்கு. ‘வெள்ளச்சி வெள்ளச்சிதான்’ என்று தனக்குள் சொல்லிக்கொண்டார். பேரன் பேத்தி எடுத்த இந்த வயசிலும், எப்படி ஒரு குதிரைத் தெம்பு? இதுகள்ளாம் ஒரு வார்ப்பு! இது மாதிரி தொழில் பண்ணி வாழறதுக்கு, அதுக்குத்தக்க உடம்பு வேண்டும்தானே? இல்லையென்றால் பால்காரன் என்னத்துக்கு அவள்மேல், அள்ளிக் கொட்டுகிறான். எல்லாம் சுழிதான். அந்த மா முனிவர் எல்லாம் அடங்கும் இடம் அல்லவா? அடக்க ஸ்தலம் ஜனன வாயில், என்ன முரண்?

ஓடை சலசலத்தது. இறங்கிக் கால் கை முகம் கழுவிக்கொண்டார். முகத்தில் இருந்த வெற்றிலை எச்சிலைத் துடைத்துக் கழுவினார். புளியஞ் சாலையைக் கடந்து தெற்குப் புளிய மரத்தண்டை வந்து சேர்ந்தார்.

உடம்பு நெட்டி முறித்தது. மயிர் குத்திட்டது. உடம்பு ஆவேசம் வந்ததுபோல் ஆயிற்று. சுருட்டு வாசனை கம்மென்று கமழ்ந்தது.

கருப்பு, அவர் எதிரில் நின்றான்.

"வா, கருப்பா, உனக்கு நூறு வயசு. இப்பத்தான் உன்னை நினைச்சேன்"

"நூறா, நான் இந்த இடத்துக்கு வந்து ஐநூறு வருஷமாட்டு" என்றான் கருப்பு.

"ம்... மனுஷனுக்குச் சொல்றதை உனக்குச் சொல்லிட்டேன்" ஒரு விஷயமுமில்லாமல் அவர்கள் களத்து மேட்டுப் பக்கம் நடந்தார்கள்.

"பேச்சிப் பயலை அமுக்கிட்டேன். பய, பணம் கறந்திருக்கான். நாளை ராத்திரி, பலி. ஷோக்கான கோழி. எல்லாம் உனக்காகத்தான் ராசா. பாவம் நீயும்தான் எத்தனை நாள் பசியா கிடப்பே... நீயும் வேலையைக் கச்சிதமாய் பண்ணி இருக்கியே..."

முத்துப்பாண்டி கருப்பன் முகத்தைப் பார்த்தார். அது சந்தோஷத்தில் இருந்ததாக அவருக்குப் பட்டது.

"எங்கேந்து வர்றீரு... கவிச்சை வாசனை வீசுதே"

"சரியான துர்வாசனைக்காரம்பா நீயி. வெள்ளச்சி வீட்டுல இருந்துதான். அதுக்கு உன் மேல நம்பிக்கையே இல்லைப்பா..."

"பயந்துக்கிறவனுக்குத்தான் நாங்க எல்லாம். அப்படித்தான் சிவனார் எங்களுக்கு வரம் கொடுத்திருந்தார். அவளே ஒரு பேய், நான் என்ன பண்ண முடியும். நீரே சொல்லும்"

"அது சரி, நம்பினவருக்குத்தானே நாராயணன். நாளை ராத்திரிக்கு சரியா இரண்டு மூன்று மணிக்குள்ளாற வந்துடறேன். கோழி இரத்தமும், சாராயமும் அவ்ளோதானே?"

"அவ்ளோதான்."

"சுருட்டு"

கருப்பன் திடுமென புகைவிட்டது. எத்தனை பெரிய சுருட்டு!

"இதுமாதிரி எவன் இப்போல்லாம் பண்றான்? எல்லாம் விரல் நீளம்" கருப்பன் சிரித்தார்.

களத்து மேடு வந்தது.

"இதுக்கு மேலே நான் வரமுடியாது. அது மாடசாமி தங்கி இருக்கிற இடம். இப்படியே நின்னுக்கிறேன்."

“நல்லது. நாளைக்கு வர்றேன்”

“சரி, மறக்க மாட்டீரே...”

கொஞ்சம் தூரம் போய், திரும்பிப் பார்த்தார் முத்துப்பாண்டி. தென்னை மரத்துக்கும் மேலே உயரமாக நின்றான் கருப்பன்.

பேச்சியின் மகள் மிரள மிரள விழித்தாள். “ஹி... ஹி...” என்று குதிரை கனைப்பது மாதிரி சிரித்தாள். அப்புறம் “எங்கேடா கோழி?” என்றாள் முத்துப்பாண்டியைப் பார்த்து. “வாடா, என் மவனே, பேமானி” என்றாள் அவள்.

பெற்றோர் மட்டுமல்ல, முத்துப்பாண்டியே கொஞ்சம் அதிரத்தான் செய்தார்.

“தாழி கருப்பன்தான், ரொம்ப “ஸ்டாங்கா” பிடிச்சிருக்கான். தாழி... இன்னிக்கு அவனா, நானான்னு பார்க்கலைன்னா, நான் முத்துசாமி மகன் இல்லேப்பா.”

“புடுங்கக்கூட முடியாது”

அம்மாக்காரியும் பேச்சியும் திடுக்கிட்டார்கள்.

“வண்டை வண்டையா பேசுது பாருங்க, இம்மாம் பொண்ணு”

“இவளா பேசறாள்? அந்தத் தாழில்லே பேசறான். இன்னும் அரை “அவர்லே” பாரு...”

முத்துப்பாண்டி கோலமாவு வாங்கி, சக்கரம் வரைந்தார். பதினாறு மூலைகொண்ட சக்கரம். அதன் மேல் மந்திர எழுத்துக்கள் எழுதினார். அதன் மேல் பலகை போட்டு, பெண்ணை அமர வைத்தார்கள். பெண், தலையை விரித்துப் போட்டுக்கொண்டு பயங்கரியாக அமர்ந்திருந்தாள்.

வேப்பிலைக் கொத்தை எடுத்துக்கொண்டு, முத்துப் பாண்டி கேட்டார்.

“கோழி ரெடியா!”

“ரெடி சாமி”

“சாராயம்?”

“ரெடி”

“சுருட்டு?”

“வைக்கப்பட்டிருக்கு”

"என்ன சமையல்?"

"நீங்க சொன்ன மாதிரிதான். கோழிக் குழம்பு, மீன் குழம்பு, கருவாட்டுக் குழம்பு"

"போட்டு பிசந்திட வேண்டாம். தனித்தனியாகவே இருக்கட்டும்." அவருக்குத் தனித்தனியாகச் சாப்பிடத்தான் பிடிக்கும்.

"நான் சொன்ன மாதிரி மண்கலயங்கள் தயாரா?"

"ஆகா"

முத்துப்பாண்டி, வர்ணிக்க ஆரம்பித்தார்.

"வாடா கருப்பா... வானத்தில் வாழ்வோனே...
தேடுவார்க்குத் தெம்பூட்டும் தென்னைமரக் கருப்பா...
கண்ணுக்குத் தெரியாமல் கருவிழியில் வாழ்வோனே...
மனசுக்குத் தெரியாமல் மண் மேல் வாழ்வோனே...
கோழி இரத்தம் குடிச்சுவிட்டுக் குலமகளைக் காத்திடுடா...
சாராயம் குடிச்சுப்போட்டுச் சரவிளக்கைக் காத்திடுடா...
சுருட்டைக் குடிச்சுக்கிட்டு சுந்தரியைக் காத்திடுடா...
இறைச்சிக்கறி தின்னு இளமகளைக் காத்திடுடா...
பூசைகளை ஏற்றுப் புத்திரியைக் காத்திடுடா...
கொடையை ஏற்றிக் கொழுகொம்பைக் காத்திடுடா...

ஒரு வழியாக நள்ளிரவு தாண்டி கருப்பன் போகச் சம்மதித்தான்.

"போறியா?"

"போறேன்"

"எந்த வழியா போறே"

"வந்த வழியா போறேன்"

"திரும்ப வருவியா?"

"திரும்பி வர மாட்டேன்"

"மீண்டும் வருவியா?"

"எல்லைத் தாண்டி வரமாட்டேன்"

"சிவன் மேலே சத்தியமா?"

"சிவனார் மேலே சத்தியமா?"

"சரி போ..."

"போறேன்..."

முத்துப்பாண்டி சொன்னபடியே, கலயங்களில் சோறு, கறி, குழம்பு என்று வைத்துக் கொடுத்ததை எடுத்துக்கொண்டார். பையில் சாராயமும், தோளில் கால் கட்டிய கோழி பாதி உயிரை வைத்துக்கொண்டு “கீகீ” என்று குரல் எழுப்ப, முத்துப்பாண்டி, தட்சணைப் பணம் அம்பது ரூபாயுடன் நடந்தார். மனம், உற்சாகத்தில் குதி போட்டது. கருப்பன் காத்திருப்பான்.

புளியஞ் சாலைப் பக்கமாகத் திரும்ப இருந்தவர், ஒரு கணம் யோசித்தார். சவுக்குத் தோப்பு வழியாகத் திரும்பி நடந்தார். இன்றைக்கும் பால்காரன் வந்திருக்கக்கூடாது என்று கடவுளை வணங்கிக்கொண்டார். அவர் எதிர்பார்த்தபடிதான் நடந்தது. வெள்ளச்சி கதவைத் திறந்தாள்.

முத்துபாண்டிக்கு கருப்பன் நினைவு வரவே இல்லை. விடியும்வரை கருப்பன் மனிதனுக்காகக் காத்திருந்தது.

2001

இராமலிங்கசாமி, ஜி.வி. ஐயர் மற்றும் நான்

அட கடவுளே! என் செருப்பை மட்டும்தான் காணவில்லை. விட்ட இடம் நன்றாக ஞாபகத்தில் இருந்தது. ஆளோடித் திண்ணைத் தூணுக்கு எதிரே, வெள்ளைச் செருப்புக்கு நேர் கீழேதான் விட்டுவிட்டு உள்ளே போனேன். கொஞ்சம் நெருங்கின உறவுக்காரர் வீட்டுக் கல்யாணம். அப்பாவுக்கு உடம்பு முடியவில்லை. ஆகவே என்னிடம் "மொய்"ப் பணத்தைக் கொடுத்து அனுப்பி வைத்தார். தாலி கட்டுதல் முடிந்து மொய் எழுதும் நேரம்வரை நான் மண்டபத்துக்குள் இருக்க வேண்டியது தவிர்க்க முடியாமல் போய் விட்டது. மொய் நடந்தவுடன் உடனே கிளம்ப முடிகிறதா? சரிகை அங்கவஸ்திரம் போட்டுக்கொண்டு பெரிய மனுஷராகக் கல்யாணத்தில் கார்வார் பண்ணிக்கொண்டிருந்த ஒரு நபர் என்னிடம் வந்தார்.

"சீனுவாசன் பையன்தானே நீ?" என்றார்.

"உம்"

"அதான் பார்த்தேன். அதே ஜாடை. அதே மோவாய், தலை வாருகிற மோஸ்தர்கூட அதேதான். எங்கே உன் தோப்பன் வரலையோடா?"

"இல்லை. அப்பாவுக்கு உடம்பு முடியலை"

"முடியாம போறதுக்கு என்ன? வயசு இன்னிக்கானா அறுபதுகூட ஆகலை. அதுக்குள்ளே என்னடா முடியலை?"

"..."

"உனக்கு என்ன வயசு?"

"பதினாறு"

"படிக்கிறியாக்கும்"

"உம்"

"எங்கே வாசலைப் பார்த்துட்டு நிக்கிறாய்? சாப்பிடலையா? மேலே போய் சாப்பிட்டுப் போடா. உன் அப்பனும் நானும் இப்படி இப்படி. சீனு மகன் வந்து, என் பிள்ளை கல்யாணத்துல சாப்பிடாம போயிடறதாவது, உம், மேலே போ..."

சற்றேறக் குறைய ஓர் உத்தரவு மாதிரி. அவர் சொன்னதை என்னால் தட்ட முடியலை. மேலே போய் சாப்பிட்டேன். கீழே வந்து, பாக்குப் பொட்டலத்தை மட்டும் எடுத்துக்கொண்டு வெளியில் வந்தால், எனக்கு இப்படி ஒரு சோதனை.

ஆளோடித் திண்ணைத் தூண் இருந்தது. வெள்ளைச் செருப்பு மெருகு குலையாமல், குழந்தையின் சிரிப்பு மாதிரி. பளீரென்று என்னைப் பார்த்துச் சிரிக்காததுதான் குறை. மற்றபடி, சில பத்து நூறு செருப்புகளாவது, என் முன்னே கிடந்தன. செருப்புகள்தான் எத்தனை வண்ணங்கள், தினுசுகள், மோஸ்தர்கள். கறுப்பு, வெள்ளை, பழுப்பு, சிவப்பு, சரிகை வேலைப்பாடு பண்ணியது என்று.

அந்தக் குவியலுக்குள், எப்படியும் என் செருப்பு கண்டிப்பாக இருக்கும் என்று எனக்கு நானே என் மனசைத் தேற்றிக்கொண்டேன். செருப்பின் உரிமையாளர்களில் சிலர், அவசரத்தில் செருப்புகளைப் புரட்டிப் போட்டு விட்டுச் சென்றிருந்தார்கள். நண்டுகள் குப்புறப் போடப்பட்டனபோல இருந்த அந்தச் செருப்புகளை என் காலால் புரட்டிப் போட்டேன். பின்னால் வந்தவர்கள் முன்னால் வந்தவர்களின் செருப்புகளை, ஏகத்துக்குக் கலைத்திருந்தார்கள். பிறர் பற்றி நமக்கிருக்கும் அலட்சியம், மரியாதை. அநேகமாக, அங்கிருந்த நூற்றுக்கும் மேற்பட்ட ஜோடிகளை, என் கண்களால் மிகவும் ஜாக்கிரதையாகத்தான் துழாவிவிட்டேன். கல்யாண மண்டபத்துக்குள்ளிருந்து வருபவர்கள், சாவகாசமாகத் தங்கள் செருப்புகளை அணிந்துகொண்டு, தாம்பூலம் மணம் கமழத் தெரு இறங்குவதை வேடிக்கை பார்த்துக்கொண்டு நின்றேன். அத்தருணத்தில்தான், பேன்ட் போட்ட நடுவயதுக்காரர், என்னைத் தன் பார்வையால் அளப்பது தெரிந்தது. தம் செருப்புக்குள் காலை நுழைத்துக்கொண்டு அவர் கேட்டார்.

"என்ன பார்க்கிறே?"

“செருப்பைக் காணலை.” என்றேன்.

“என்ன... காணலையா?”

அவர் இதழ்க் கடையோரம் இயல்பாகவே சுழிந்தது. ஒரு மாதிரி குறுக்கு வெட்டாக ஓரக்கண்ணால் என்னை அவர் நோக்கினார். அந்தப் பார்வை யோக்யனைப் பார்க்கிற யோக்யமான பார்வையாக எனக்குப் படவில்லை. எனக்குச் சற்று வெட்கமாக இருந்தது. நான் சந்தேகிக்கப்படுகிறேன் என்பதில், இதயத்தின் கீழிருந்து கோபம் ஏற்பட்டது.

“ஆமாம், காணலை. புதுச் செருப்பு” என்று அழுத்தமாகச் சொன்னேன். குரலின் அடர்த்தி, என் மெய்ம்மைத் தன்மையைப் புலப்படுத்தும் என்று நம்பினேன். என் நம்பிக்கை வீண்போகவில்லை.

“பச்... பச் கல்யாண வீட்டிலே செருப்பு திருடறதுக்குன்னே, பேர் வழிகள் வர்றாங்களே... என்ன பண்ண? நாமதான் ஜாக்கிரதையாக இருக்க வேணும்”

இதன் அர்த்தம். அவர் என்னை அஜாக்கிரதையான பேர்வழி என்கிறார். அதோடு இலவசமாக போதனை வேறு செய்கிறார். அவர் செருப்பு திருடு போகவில்லை. அவர் ரொம்ப ஜாக்கிரதையான பேர்வழியாக்கும். அவர் தெரு இறங்கி, நடந்தார். சரியாக மூன்றாவது அடி எடுத்து நடக்கையில், ஒரு கூழாங்கல் வழுக்கி விழத் தெரிந்தார். பக்கத்தில் இருந்த கல்யாண முருங்கையைப் பற்றிக்கொண்டு “பேலன்ஸ்” பண்ணிக்கொண்டு, குப்புற விழுவதிலிருந்து தப்பிவிட்டார். ஆனாலும் மனிதர், அந்த அதிர்ச்சியிலிருந்து சில நிமிஷங்கள் மீளவில்லைதான். எனக்கு சந்தோஷமாக இருந்தது.

வெறும் காலுடன் வீட்டுக்குப் புறப்பட்டேன். வெயில் எனக்காகவே உஷ்ணமாகக் காய்வதுபோலத் தெரிந்தது. வெறும் காலுடன் நடந்து பழக்கம் இல்லாததால், மணலில் நரநரத்த பாதம் கூசியது. சிறு கற்கள். லேசான வலியை ஏற்படுத்தின. புத்தம் புதிய பேண்ட்டும் சட்டையும் அணிந்துகொண்டு, செருப்பு இல்லாமல் நடக்கிற துரதிருஷ்டம் அவமானமாக இருந்தது.

மும்பை மாமா வாங்கித் தந்த ‘செட்’ அது சர்ட், பேண்ட், மற்றும் செருப்பு. மாமா, கோடை விடுமுறைக்கு மட்டும் எங்கள் ஊருக்கு வருவார். இரண்டு மாதங்கள் இருப்பார். அந்த இரண்டு மாதங்களும் எங்களுக்குத் திருவிழாதான். வரும்போது

அப்பாவுக்கு வேஷ்டி, பாப்ளின் சட்டை, அம்மாவுக்கு மும்பை சாரிஸ், எனக்கு உடை அப்புறம் தினம் பீச், சுண்டல், மிளகுவடை, சுக்குக் காபி வாரத்துக்கொரு முறை சினிமா. அப்புறம் பிக்னிக். எல்லாம் மாமாவின் வருகையை முன்னிட்டு, வருஷம் முழுதும் திட்டம் இடப்படும்.

"கன்யாகுமாரிக்குப் போகணும். இந்த வருஷம் தெற்குப் பக்கம்தான் டூர். தம்பி வரட்டும்" என்பாள் அம்மா.

"கண்ணாடி மாற்றணும். போன வருஷமே, திருக்கடையூர் போகணும்னு தோணித்து. முடியலை. பத்து வரட்டும். அம்பாளைத் தரிச்சுடணும்"என்பார் அப்பா.

எனக்குப் பத்து மாமாவின் மேல் பிரேமையே இருந்தது. அவரை யாரும், எந்த வகையிலும் "பீட்" அடித்துவிட முடியாது. அவர் அணிகிற சட்டையும், அதன் மோஸ்தரும், நிறமும் பொதுவாக எங்கள் ஊரில் யாரும் அணிந்து நான் பார்த்ததில்லை. அவர் அணியும் மூக்குக் கண்ணாடி, வெளிநாட்டது என்றும் அதன் விலை ஆயிரம் ரூபாய்க்கும் மேல்(அந்தக் காலத்திலேயே) என்றும் தெரிந்தபோது, நான் அடைந்த ஆச்சர்யத்துக்கு அளவே இல்லை. சட்டையின் இரண்டு பாக்கெட்டும் இரு வேறு நிறத்திலும், உடம்பை "சிலுக்கென்று" பற்றி இருக்கும் பந்தாவும், இந்த ஊர் டைலர்களுக்குக் கனவிலும் தோன்றாதே! அவரிடம் இருந்து "சென்ட்" வாசனை ஐம்பது அடி தூரத்துக்குப் பரிமளிக்கும். "பாப்பையா சென்ட்" என்று மாமா சொன்னார். பிரான்ஸ் தேசத்திலே இருந்து தருவிக்கப்படும் சென்ட்டாம் அது. அவர் பாக்கெட்டில் கையை விட்டால் கத்தையாக மடிப்பு, அழுக்குப் பிசிறு இல்லாத நோட்டுகள் வெளியே வந்தன. சில்லறைகளைத் தம் பாக்கெட்டுக்குள் அவர் போட்டுக் கொள்வதில்லை. அவற்றை எனக்குக் கொடுத்து விடுவார். என், பாக்கெட்– கால் சட்டையின் வலப்பை– பெருத்து, என் உப்பிக்கொண்டு "சலங், சலங்" என்று சப்தம் எழுப்பியபடி இருக்கும். இடப் பக்கத்துப் பையையும், வலப் பக்கத்துப் பையையும் நோக்க, வலக்கால் யானைக்கால் வந்த கால் மாதிரி இருக்கும்.

எல்லாவற்றுக்கும் மேலே, மாமா போடுகிற அட்டகாசமான செருப்புகள், ஆளைத் தூக்கி அடிக்கும். குறைந்தது நாலு ஜதை செருப்பு என்று ரப்பர் செருப்பு, கறுப்பு, பழுப்பு, மற்றும் ஷூக்கள் எல்லாம் புத்தம் புதுசாக மாங்கொழுந்து மாதிரி, மெருகு ஏறி முகம் பார்த்துத் தலைசீவலாம்போல இருக்கும். அவற்றைப் போட்டுக்கொண்டு, அவர் நடக்கும் தினுசே தனி.

செருப்புக்கு உயிர் இருக்கும். அவற்றை ரொம்ப அழுத்திக்கொண்டு நடக்கக்கூடாது என்பது மாதிரியும் குழந்தையைக் குளிப்பாட்டி, துவைத்து இஸ்திரி போட்ட "யூனிபார்ம்" போடுவது மாதிரி, செருப்பையும் பேண வேண்டும் என்பது மாதிரியும் இருக்கும். அவர் செருப்புகளை வீட்டுத் தாழ்வாரத்துக்குள் விடலாம். அது அவருக்குக் கொடுக்கப்பட்ட சலுகை. நாங்கள் தெருத் திண்ணையில்தான்விட வேண்டும். அப்பா, அம்மா மற்றும் நான் அதுவும் ஒரு வகையில் எனக்கு நல்லதாகவே இருந்தது. என் செருப்பை, கிழிந்த, சாயம் போனதை, அந்தப் புத்தம் புதுசுகளின் பக்கத்தில் விடுவது செருப்பு இனத்தையே கேவலப்படுத்துவதாகவே இருக்கும். இதை, நான் அனுபவபூர்வமாக உணர்ந்தேன். மாமா, ரெடிமேட் சட்டை, வாங்கித்தர என்னைக் கடைக்கு அழைத்துச் சென்றிருந்தார். கண்ணாடி முன் நின்று சட்டையைப் போட்டுப் பார்த்துக்கொண்டேன். நன்றாகத்தான் இருந்தது. அது ஆளுயரக் கண்ணாடி. என் சட்டையைவிட என் செருப்பே என் முகத்துக்கு நேராக, வந்து நின்றது. ஓர் அங்குல இடைவெளியில் என் மாமாவின் புத்தம் புதுசான அழகிய காலணியும் வெளுத்த தேய்ந்த சாயம் போன பழைய பாவாடை மாதிரியான என் செருப்பும் பக்கத்தில் பக்கத்தில், கண்ணாடி எனக்கு அழகு காட்டியது. ஒரு துள்ளும் மான் குட்டியும், அதன் பக்கத்தில் மண் தின்று வயிறு ஊதிய எருமைக் கன்றுக்குட்டியும்போல. மாமாவுக்கே இது உறைத்தது போலும்.

"உனக்கு நல்ல செருப்பா மும்பையிலிருந்து வாங்கி அனுப்பறேன்" என்றார். அவருக்கு நல்ல பொருள் என்பதன் கர்ப்பக்கிருகமே மும்பைதான்.

சொன்னபடி அனுப்பவும் செய்தார். அதைத்தான் கல்யாண வீட்டில் தொலைத்துவிட்டு, நடந்து போய்க்கொண்டிருந்தேன், வெறும் காலுடன்.

என் பாதங்களை நானே பார்த்துக்கொண்டேன். சிவந்த மஞ்சளாய், வெள்ளையாகவும் இருந்தது. இப்படி நடக்கையில், என் கால்களே, எனக்கு வியப்பாக இருந்தன. வீட்டுக்கு வெளியே வெறுங்காலுடன் நான் நடந்ததில்லை.

என் கால்களையே பார்த்தபடி நடந்துக்கொண்டிருந்தேன். எல்லாருமே, செருப்பணிந்து இருக்கிறார்கள். வார் அணிந்த இரண்டு பட்டைகளும், மோதிர விரலும்கொண்ட, நிறைய சின்னச் சின்ன வார்கள் இருக்கிற மாதிரியான பலவகைச் செருப்புகள்.

செருப்புகளில் இத்தனை வகையை நான் இப்போதுதான் பார்க்கிறேன். அவற்றின் பயன்பாட்டில், அவை இருக்கிறபோது குரோம், ரப்பர், டயர் என்று பலவகை அடிப்பாகங்கள்.

திடுமென, அவற்றைப் பார்க்கையில் பாவமாக இருந்தது. என்ன கஷ்ட ஜென்மம். மிதிபட்டு மிதிபட்டே வாழ்வதற்கென்றே ஒரு பிறவியா?

அது என்னமோ, அம்மா வீட்டுக்கு வெளியே, காய்கறிக்காரரிடம் சண்டை போட்டுக்கொண்டு (அம்மா கறிகாய் வாங்குவது சண்டை போடுவதற்குச் சமம். "இந்த அழுகல், நாற்றம் பிடிச்ச கத்தரிக்காய், இத்தனை விலையா?" அழுகலை உங்களை யார் வாங்கச் சொன்னா?" போன்ற உரையாடல்கள் சகஜம்) நின்றிருந்தவளுக்கு என் பாதம்தான் கண்ணில்பட்டது. விதி என்பது இதுதான் போலும்.

"செருப்பு எங்கேடா?"

"தொலைஞ்சுட்டது"

"என்னது!"

"தொலைஞ்சுட்டது. யாரோ மாத்திப் போட்டுக்கிட்டுப் போயிட்டாங்கபோல"

"அங்கேயே நின்று, மீந்த செருப்பை மாட்டிக்கிட்டு வர்றதுக்கு என்ன...?" என்றவள், "குடுகுடு" என்று உடம்பு முதுகு குலுங்க அப்பாவிடம் ஓடினாள்.

"உங்க பிள்ளை, அசமந்தம், செருப்பைத் தொலைச்சுட்டு வந்து நிக்கறான். என்ன அருமையான செருப்பு. தேடினாலும் கிடைக்காது. என் தம்பி ஆசையா வாங்கிக் கொடுத்தது. இப்படி "ஹிஹி"ன்னு என் மூஞ்சைப் பார்த்துட்டு நில்லு. என்ன திறவுசோ. என்ன படிப்போ? என்ன கர்மமோ... ஒரு காசுக்குப் புண்ணியம் இல்லாத புள்ளையைப் பெத்தேனே..."

"சரி, சரி, விடு. காசு பொறாத விஷயம். இதுக்கு ஊரைக் கூட்டாதே..."

"என் தம்பி நூறு ரூபா போட்டு வாங்கி அனுப்பிச்சது. காசு பொறாத விஷயமாக்கும்? இது எங்கே படிச்சு, உத்யோகம் பார்த்து, அம்மாவுக்குக் கஞ்சி ஊத்துமோ? சர்வேசா... சதா மோட்டு வளையைப் பார்க்கிறது. கிழங்கள் படிக்கிற புஸ்தகங்களைப் படிக்கிறது. தினம் இரண்டு வாட்டி தலையிலே தண்ணி ஊற்றிக் குளிக்கிறது. எனக்குன்னு வாச்சிங்களே, பிள்ளையும், புருஷனும்"

“நீ போடா, சாயங்காலம் காசு தர்றேன். – புதுசா வாங்கிக்கோ... அவன் என்ன பண்ணுவான்? ஊர் திருட்டுப் பசங்கள்கூடாரமா ஆச்சோல்லியோ? சர்வம் களவாணி மயம் ஜகத்...”

கனவுகளில் செருப்பு வரத் தொடங்கியது. என்னை விடவும் பெரிய செருப்புகள். ஆறடி உயரச் செருப்புகள், நான்கடி அகலத்தில் ஒவ்வொரு பட்டையும், ஒரு முழம் அகலம், செருப்புகள், அவற்றின் பாதங்களில் என்னைப் போட்டுக் கொள்கின்றன. குரோம் மாதிரியும் ரப்பம் மாதிரியும், டயர் மாதிரியுமாக நானே மாறிக் கொள்கிறேன். அழுத்தி, அழுத்தி அவை நடக்கின்றன. நான் தேய்கிறேன். ஊத்தப்பம் அளவுக்கும், அப்புறம் அப்பளம் அளவுக்கும் நான் தேய்கிறேன்.

வகுப்பறை.

நீலவெளிச்சம். ஆசிரியர் ஊதாக் கலரில் இருந்தார். நான் அவரிடம் கேட்கிறேன்.

“இராமன் செருப்பை, பரதன் வாங்கிக்கொண்டபின், அவர் காட்டில் செருப்பில்லாமல் நடந்தாரா?”

தமிழ் ஆசிரியர், என் இந்தக் கேள்வியை ரசிக்க முடியாமல், நெளிந்தார். அதுவரை, “இராமர் செருப்பில்லாமலா பதினாறு வருஷங்கள் நடந்தார்” என்பது பற்றி அவர் யோசித்திருக்கவில்லை என்று தெரிந்தது.

இது போன்ற கேள்விகளுக்குப் பாடத் திட்டத்தில் இடம் இல்லை என்கிற காரணமாக இருக்கலாம். பரிட்சையில் இம் மாதிரிக் கேள்விகள் வருவதில்லை. கண்ணப்ப நாயனார், தன் இரண்டாம் கண்ணைத் தோண்டுகையில், அடையாளத்துக்காகத் தன் செருப்புக் காலைத்தானே இறைவன் முகத்தில் வைத்தார்! கண்ணப்ப நாயனார் செருப்பு, எதனால் செய்யப்பட்ட செருப்பாக இருக்கும்...

சாம்பிராணிப் புகை ஊடாக ஒரு செருப்புக் கடை வில்லும் அம்புறாத்தூணியுமாக ஒருத்தர் – பார்த்த மாத்திரத்தில் வேடர் என்று சொல்லத்தக்கவர். அளவு பார்த்துச் செருப்பு வாங்குகிறார்.

கடற்கரை ஓரம்... கிளிஞ்சல்கள் மாதிரிச் செருப்புகள் இறைந்து கிடக்கின்றன... காரைக்கால் அம்மையார், மாம்பழங்களை விற்று பாதுகை வாங்குகிறார். மேலோர்கள் அணிவது பாதுகை. என் போன்றவர்கள் அணிவது செருப்பு.

விடியும் நேரத்தில், நான் என் சரித்திர ஆசிரியரிடம் கேட்ட இரண்டு கேள்விகள்.

1 ஆரப்பா, மொகஞ்சாதாரோவில் செருப்பு கண்டுபிடிக் கப்பட்டதா?

2 சீதை செருப்பணிந்த அழகை விவரி

அப்பாவுக்கு, இரண்டு நாட்களாக, வாய்வுத் தொல்லை. இடுப்பு பிடித்துக்கொண்டது. ரொம்பவும் அவஸ்தைப்பட்டார். ஆகவேதான் செருப்பு வாங்குவது தள்ளிப் போயிற்று. மூன்றாம் நாள் மாலை அப்பா என்னிடம் சொன்னார்.

"பையில காசு எடுத்துக்கோ... பிடிச்ச மாதிரி வாங்கிக்கப்பா... ஒரு காரியம் பண்ணு... நேரா வைத்தியர் கடைக்குப் போ... வைத்தியர் இருப்பாரு... அதாம்பா நம்ம கோழிக்கொண்டை வைத்யர், அவர்கிட்டே, அப்பாவுக்கு வாய்வுத் தொல்லைன்னு சொல்லி, மருந்து வாங்கிக்கோ... நீ சொல்லு கொடுப்பார். பணம் என்னண்டை வாங்கிப்பார்... வழக்கமா கொடுக்கிற மருந்து அப்புறமா, செருப்புக் கடைக்குப் போகலாம்"

"சரிப்பா" என்றுவிட்டு, மகிழ்ச்சியாக நான் கிளம்பினேன்.

வைத்தியர், கடையில் இருந்தார். சௌகர்யத்துக்காகவும் புழுக்கத்துக்காகவும், சட்டையை அவிழ்த்து ஆணியில் தொங்க விட்டிருந்தார். அவர் தலைக்கு மேலே, சட்டை, உடம்பு இல்லாமல் தொள தொளவென்று தொங்கிக்கொண்டிருந்தது. என்னைக் கண்டதும் "வா... வா..." என்றார். எல்லாருக்கும், இல்லாததுதான் முதலில் கண்ணில் படும் போலும்... என் வெறும் பாதம்தான் அவர் கண்ணில் பட்டது.

"எங்கே செருப்பு?"

"தாரவாந்துடுச்சு..."

"எங்கே?"

"கல்யாண வீட்டுல"

"அப்படிப் போடு... உடனே செருப்பைக் காலிலே பொருத்து. உஷ்ணம், கால் வழியா சிரசுக்கு ஏறிடும்."

வைத்தியர் இதைச் சொல்லிவிட்டு, மேலே இரவானத்தைப் பார்த்தார். பிறகு சொன்னார்.

“இராமலிங்க சாமிகூட செருப்பு போடறது இல்லை. அவர் சித்தர். நெருப்புக் குண்டத்துக்குப் பக்கத்துல உட்கார்ந்து, தன்னை உஷ்ணப்படுத்திக்கிட்டவரு... அவருக்குச் செருப்பு தேவையில்லை. நெருப்பு உடம்பு அது. அவர் இரும்பாணியை மிதிச்சாக்க, ஆணி உருகிடும். தெரியுமோ?”

எனக்கு, பிரமிப்பாய் இருந்தது.

வாய்வு மருந்தை வாங்கிக்கொண்டு, செருப்புக் கடைக்குப் போனேன். நிதானமாக எனக்குப் பிடித்த – ரொம்ப நாளாக வாங்க வேண்டும் என்று நான் நினைத்திருந்த –பக்கிள்ஸ் போட்ட செருப்பு வாங்கினேன். கறுப்பு நிறம். பளபளவென்று கன்றுக்குட்டியின் கண்களைப்போல புதுச்செருப்பு போட்டுக்கொண்டு, நடக்கையில், எனக்கே என் தோற்றத்தில் ஒரு பெருமிதமே ஏற்பட்டிருந்தது. நான் நிமிர்ந்து நடந்தேன். என் இரு கால்களிலும், இறக்கை முளைத்தாற்போல எனக்குத் தோன்றியது. பறக்கத் துணை செய்யும் இறக்கை. நான் தரையில் பறந்தேன். என் பாதங்களில் பொருந்தி இருந்த காலணிகள், இரண்டு வவ்வா மீன்களாக மாறின. கட்டையான படர்ந்த வவ்வா மீன்கள். தரையில் நீந்துகிற மீன்கள். தோல் மீன்கள்.

உற்சாகத்தில் மிதந்துகொண்டு போய்க் கொண்டிருந்த என்னை ஓர் அழைப்புக் குரல், தடுத்து நிறுத்தியது. என் பூகோள ஆசிரியர் ரமணி. என் மேல் அன்புகொண்டவர்.

“எங்கேடா?”

“செருப்பு வாங்க சார்”

“அடே நல்லா இருக்கே. என்ன விலை?”

“முப்பது ரூபா சார்”

“முப்ப்ப்பதா? கொஞ்சம் அதிகம்தான். என்ன பண்ண? எருமைச் சாணம்கூட மார்க்கெட்டுக்கு வர்ற காலம். எதுதான் விலை ஏறலை? எங்கே வீட்டுக்கா?”

“ஆமா சார், சார் எங்கே?”

“ஈஸ்வரன் கோயில்லே, இராமலிங்க சாமிக்கு விழா. நானும் பேசறேன். உனக்குத்தான் தமிழ்லே ருசி ஆச்சே. வாயேன். என் பேச்சைக் கேட்க இல்லைடா. வண்டிப் பாளையம் வேலாயுதம் பிள்ளை பேசறார். மகா வித்வான். வா, பொழுதைப்

பிரயோஜனமாப் போக்கேன். என்ன, வர்றியா, வா” எனக்கு அவரைத் தட்ட முடியலை. அவருடன் நடந்தேன்.

“ஜி. வி. ஐயர் தெரியுமோ?”

“தெரியாது சார்... யார் அவர்?”

“சினிமா டைரக்டர். நம்மூர் குப்பை மசாலா டைரக்டர் இல்லைடா. ரொம்ப உசத்தியான படம் பண்றவர்”

“ஓ...”

“அவர்கூட செருப்பு போடறது இல்லை”

“ஏன் சார்?”

“இந்த மண், மகான்கள் நடந்த மண். அதைச் செருப்பு போட்டு மிதிக்கக்கூடாதுன்னுதான்.”

சார் செருப்பு போட்டிருந்தார். எனக்கு ஆறுதலாக இருந்தது.

“இராமலிங்க சாமிகூட செருப்பு போடறது இல்லையாமே. சார்”

“அடடே, ஆமாம். அவர்கள் மகான்கள்”

கோயில் பிராகாரத்தில் விழா. கூட்டம் கிழடுகள் கும்பலாக இருந்தனர். வாசல் கணபதி மாடத்துக்குக் கீழே, இருட்டு அறை மாதிரி இருந்த, அதிகம் யார் கண்ணிலும் படாத இடத்தில் தன் செருப்பை விட்டார், சார்.

“இங்க விடு... இங்க ஒரு பயலும் வர முடியாது”

நான் என் செருப்புகளை அரைமனத்தோடு விட்டேன். அந்த இடத்துக்கு, திருடன் வரவே முடியாது என்பது உண்மையான விஷயம் என்று எனக்கும் நம்பிக்கை தோன்றியது.

மகாவித்வான் கொஞ்சம் பேசினார். கொஞ்சம் பாடினார். நிறைய இருமினார். தண்ணீர் குடித்தார். சார், இரண்டே இரண்டு வார்த்தைகள் பேசினார். சோடா குடித்தார். நிறைய, வயசான பெண்கள் கூட்டம். பட்டாணிச் சுண்டல் கொடுத்தார்கள். சாப்பிட்டோம்.

“போலாமா?” என்றார் சார்.

இடுப்பில் பெல்ட் மாதிரி கட்டியிருந்த துண்டை எடுத்துத் தோளில் போட்டுக்கொண்டார். கணபதி மாடத்துக்கு வந்தோம். இருட்டில் என் காலைத் துழாவி, செருப்பை எடுத்தேன்.

சார் செருப்புகள் இரண்டும் வந்தன. என்ன தேடியும் என் செருப்பு மாத்திரம் இல்லை.

முன் இரவு. குளிர்ச்சியாக இருந்தது என்றாலும் எனக்கு வியர்த்தது. தெருவின் குளிர்ச்சி, என் பாதங்கள் வழியாக, என் நெஞ்சு வரைக்கும் ஏறிக்கொண்டிருந்தது. இருட்டில், யார் காலையும் அவர்களது காலணிகளையும் நான் பார்க்க முடியவில்லைதான்.

விட்டுப் போனது மாதிரி இருந்தது. வருத்தம் இல்லை. என் காலணிகளை எடுத்துச் சென்றவர் என்ன பண்ணுவார்? போட்டுக் களிப்பாரா? அல்லது விற்றுவிடுவாரா? போடுவார் என்றால், நன்றாக இருக்கும் என்று நினைத்துக்கொண்டேன்.

திடுமென, செருப்பில்லாத என் பாதங்கள், இராமலிங்க சாமி மற்றும் ஜீவி ஐயருடையதாக மாறும் என்று எனக்குத் தோன்றியது. மாறிக்கொண்டே இருப்பதாகவும் எனக்குத் தோன்றியது.

என்னமோ, எனக்குச் சிரிப்பு வந்தது. மனம் லேசாயிற்று.

1997

ஒரு மதியப் பொழுதில்

அப்புறம் சினிமாவுக்குப் போவது என்று முடிவெடுத்தார்கள். வெயில் கடுமையாக இருந்தது. நியாயமாக அது மழைக்காலம். மழை பெய்துகொண்டிருக்க வேண்டும். ஆனால் இல்லை. தியேட்டருக்கு எதிரே இருந்த பெட்டிக்கடை சார்ப்பு நிழலில் அவர்கள் ஒதுங்கி நின்றார்கள். இரண்டு ரூபாய் கொடுத்து இரண்டு பாக்கெட் தண்ணீர் வாங்கி, நாலு பேரும் பங்கிட்டுக் குடித்தார்கள். சபேசன் ஒரு சிகரெட் மட்டும் வாங்கினான். அதை நாலு பேரும், யாருக்கும் மன வருத்தம் தோன்றாதபடி, பங்கிட்டுப் புகைத்தார்கள்

கிச்சான் என்று அழைக்கப்பட்ட கிருஷ்ணமூர்த்தி, பாக்கெட்டில் இருந்த சில்லறைகளைத் துழாவி வெளியே எடுத்தான். சில நோட்டுகள் சில ரூபாய்கள், பாண்டு அவனிடம் இருந்ததைக் கொடுத்தான். ரூபி, தன்னிடம் பணமே இல்லை என்றான். நாலு டிக்கெட்டுக்குப் போதுமான பணம் தேறி விட்டது. கௌண்ட்டர் திறக்க இன்னும் கால் மணி நேரம் இருந்தது.

நகரத்தின் இருதயமான பகுதியில் அந்தத் தியேட்டர் இருந்தது. தியேட்டரே அந்த நகரத்தின் இருதயம் என்று சொன்னாலும் பழுது இல்லை. ஒரு கூரையின் கீழே ஐந்து அரங்குகள் இருந்தன. ஆனந்தம், மகிழ்ச்சி, சந்தோஷம் என்பன பெரியவை. உவகை, களிப்பு என்பவை சின்ன அரங்குகள். எனவே, எப்போதும் அந்தப் பகுதியே ஜனசந்தடி மிகுந்து, சத்தம், கூச்சல், ஆரவாரம் வெளிச்சம் என்று நகரத்தின் ஒரு பகுதி வாழ்க்கையின் குறியீடாக மாறி

இருந்தது. கார்கள், ஆட்டோக்கள், பஸ்கள் என்று வாகனங்களின் பேரிரைச்சலில் அரங்குகள் மூழ்கி மிதப்பன போன்று தோற்றம் தரும். பான், பீடா, சூயிங்கம் என்று எதையோ மென்று துப்பிக்கொண்டு திரியும் இளைஞர்களும், இளைஞிகளும் யுகப்பிலத்தின் கதவைத் திறந்து வெளிப்போந்த புது ஜீவராசிகள் என்ற பிரையை முதியவர்களிடம் ஏற்படுத்துவதைப் புரிந்து கொள்ள முடியும். சிவப்புச் சாயம் பூசிய முடியும், வெண்ணெயும், குங்குமமும் கலந்து பிசைந்து செய்த துல்லியமான சருமமும்கொண்டவர்களாக இருக்கும் அவர்கள், கௌண்ட்டருக்கு முன் போட்டிருக்கும் நிழல் சார்ப்பையும் கடந்து வெயிலில் நின்றிருந்தது, சற்றே முரண்தான். எனினும் என்ன? வெள்ளித் திரையில் அவர்கள் காண அவாவும் பிம்பங்களை, அந்தச் சுட்டெரிக்கும் சூரியனுக்குக் கீழேயும் தங்கள் மனவெளியில் நிரப்பிக்கொண்டு ததும்பியபடி நின்றிருந்தார்கள். சித்தி எதுவானால் என்ன? தவம் உக்ரமாகத்தான் இருக்கும்.

அரங்கத்தின் வாய் பிளந்த வெளியில், மனிதர்கள் பலப்பல வாசனைகளுடன் நின்றிருந்தார்கள். ஜென்மாந்தர வாசனைகள். மேலும், ரோட்டோரத்தில் வேர்க்கடலை வறுபடும் வாசனை. வாணலியில் வேகும் வடை, பஜ்ஜிகளின் வாசனை எனப் பல தினுசுகளின் வாசனைகள். மிகப் பெரிய சுற்றளவுள்ள கருத்த பெண்மணி கூட்டங்களுக்குள் அனாயசமாகப் புகுந்து வெளிவந்துகொண்டிருந்தாள். டிக்கெட்டுக்காக அவளுக்குப் பின்னால் சிலர் அவள் முகம் பார்த்துத் தொடர்ந்துகொண்டிருந்தார்கள். யாரைக் காக்க என்று தெரியாமலேயே, காக்கிச் சட்டையில் சில காவலர்கள் பசித்தவர்களாகக் காம்பவுண்டின் வெளியே நின்றிருந்தார்கள்.

அவர்கள் கவுண்ட்டரின் முன் வந்து நின்றார்கள். ரூபியின் மேல் யாரோ ஒருத்தன் சரிந்தான். ரூபி எரிச்சலுடன் திரும்பி அவனைப் பார்த்து முறைத்தாள்.

“இன்னாப்பா, இன்னா லுக் விட்றே?” என்றான் அவன்.

“மேல உராயாதப்பா” என்றான் ரூபி.

“ஆசையா? வேண்டுதலா? பின்னால இருக்கறவன் என்னைத் தள்ளறான். நான் உன்மேல சரியறேன்... கோவிச்சுக்கிறியே...?”

ரூபியின் முகம் அருவருப்பில் சுருங்குவதைப் பார்த்துச் சிரித்தான் சபேசன். இன்னும் நகரம் ரூபி மேல் படியவில்லை. இன்னும் சின்னமனூர்க்காரனாகவே இருக்கிறான். நகரம் மனிதனைக் காலரைப் பிடித்து இழுக்கும். அவன் அறைக்குள்

அத்துமீறிப் பிரவேசிக்கும். அவனுக்காக அதுவே தீர்மானிக்கும். அவனது நுண் உணர்வுகளை அது கட்டை விரல்கொண்டு நசுக்கும். நேற்று மதியம், கிருஷ்ணா கபேயில் ஒரு சண்டை வளர்த்தான் ரூபி. ரூபி சாப்பிட்டுக்கொண்டிருந்தான். கூட்டம் ஜாஸ்திதான். யாரோ ஒருவன் டோக்கன் சீட்டை அவன் இலைக்குப் பக்கத்தில் ஈரத்தில் நனைத்து விட்டு நின்றான். ரூபி, சாம்பாரில் இருந்தான். பொதுவாகவே, அவன் நிதானமாகச் சாப்பிடக்கூடியவன். டோக்கனை வைத்தவன் கால் மாற்றிக் கால் மாற்றி நின்றான். ஏதோ அவசரத்தில் இருப்பவன்போலக் காணப்பட்டான். ரூபியின் இலையையே அவன் பார்த்துக்கொண்டிருந்தான். "இப்போதான் சாம்பாரா. அப்புறம் ரசம், அப்புறம் தயிர், கிண்ணியில் மோர் வாங்கிக் குடிப்பாய்" என்று அவன் பார்வையால் சொல்லிக்கொண்டிருந்தான். கண் வழியாக பேச முடியும். ரூபியால் சாப்பிட முடியவில்லை. பசித்தவனை எதிரில் வைத்துக்கொண்டு சாப்பிட முடியாது.

"கொஞ்சம் அப்படிப் போய் நில்லுங்களேன்" என்றான்.

"என்னத்துக்கு? சாப்பிட்டு எழுந்ததும் நான் உட்காரணும்"

"இலையைப் பார்க்கிறீங்க. நான் எப்படிச் சாப்பிடறது?"

"நான் பாட்டுக்குப் பார்க்கேன். நீங்க பாட்டுக்குச் சாப்பிடுங்க"

ரூபியின் மனசின் ஏதோ ஒரு சாத்தப்பட்ட அறை திறந்துகொண்டது. முரட்டு எருமை ஒன்று வெளியே வந்து, காலால் மண்ணைச் சீய்த்துக்கொண்டு நின்றது.

"மொண்ணை, மொண்ணை. கூர் மழுங்கி மொண்ணை" என்று சொன்ன ரூபியின் முகம், அஷ்டகோணலாகியது. அருவருப்பில் அவன் உடம்பு சிலித்தது. நின்ற நபர், அடிப்பட்டவன்போல் ஆனான். எதற்குத்தான் வசை பேசப்படுகிறோம் என்பதை அவன் அறியாததே, மிகுந்த சோகம். ரூபியைக் கீச்சானும் பாண்டுவும் மிகவும் சிரமப்பட்டு வெளியே அழைத்து வந்தார்கள்.

ரஸம் மங்கிப் போன கண்ணாடியில் முகம் பார்க்கிற வாழ்க்கை இது என்பதை இந்த ரூபி ஏன் புரிந்து கொள்ள மறுக்கிறான் என்பது சபேசனுக்கு மிக்க வருத்தமாக இருந்தது. என்றாலும், அவனுக்கு நம்பிக்கை இருந்தது. நகரம், எந்தக் கொம்பனையும் மண்டியிட வைத்து, வலிந்த பூட்ஸ் கால்களை நக்க வைக்கும் என்பதில் அசைக்க முடியாத நம்பிக்கை இருந்தது சபேசனுக்கு...

சீட்டைப் பெற்று அரங்குக்குள் சென்று அமர்ந்தார்கள் அவர்கள். கூட்டம் அதிகம் என்று சொல்ல முடியாது.

“இது, இந்த டைரக்டருடைய மூணாவது படம். கடைசிப் படமும்கூட”

“எதனால் அப்படி?”

“இந்தப் படத்தை முடிச்சு, ரிலீசுக்கு முன்னாலயே காலமாயிட்டார் அவர்”

இதைச் சொன்னபோது சபேசனுடைய முகம், உண்மையான வருத்தத்தில் இருந்ததைக் கவனித்தான் ரூபி.

இத்தாலியின் கடற்கரைக் கிராமம் அது. நாடு கடத்தப்பட்ட அந்தப் பெரிய கவிஞர் அந்த ஊருக்கு வந்து சேர்கிறார். அந்தக் கிராமத் தபால்காரன் ஓர் இளைஞன். அவன் பெரிதும் மதிக்கும் அந்தக் கவிஞர் பெயருக்குத் தபால்களைப் பார்த்ததும் அவன் திகைப்படைகிறான். அந்தக் கவிஞரின் வீட்டிலேயே தன் நேரத்தை செலவிடுகிறான். அவரும் அவனை நேசிக்கிறார். அந்த இளைஞன், கவிதைகள் எழுதுகிறான். அவனுக்கு ஒரு காதலி. பிராந்திக் கடையில் அவள் வேலை பார்க்கிறாள். அவளை அசத்தும் படியாக அவன் ஒரு கவிதை எழுதி அவளிடம் தர ஆசைப்படுகிறான். அப்படி ஒரு கவிதையை யார் எழுதுவது? அவன், அந்தப் புகழ் பெற்ற கவிஞரிடம் போய்ச் சொல்கிறான். அவர் ஒரு கவிதை எழுதி அவனிடம் தருகிறார். “நிர்வாணமான ஆத்மா...” என்பதாக ஒரு வார்த்தை வருகிறது. அந்தக் கவிதையைத் தன் காதலன் எழுதியதாகக் கருதி, அவள் ரசிக்கிறாள். தன் மேல் சட்டைக்குள் அந்தக் கவிதையை மறைத்து வைத்துக்கொண்டு அடிக்கடி, எடுத்துப் படிக்கிறாள். கண் கொத்திப் பாம்பான, அவள் அத்தை அந்தக் கடிதக் கவிதையைப் பறித்துப் படிக்கிறாள். என்ன ‘அசிங்கமான’ கவிதை என்று அத்தை கொதிக்கிறாள். என்ன துணிச்சல் இருந்தால் நிர்வாணம் பற்றியெல்லாம் ஒரு போக்கத்த பயல் எழுதுவதாவது? அதுவும் எங்கள் தங்கத்துக்கு?

கவிஞர், தன் கவிதைக்கு அர்த்தம் சொல்ல நேர்கிறது. என்ன துரதிருஷ்டம்? தவறாகப் புரிந்து கொள்ளப்படுதலும், தவறான அர்த்தம் சொல்லி கவியிடமே அர்த்தம் கேட்பதும், ஆசியாவின் பிரச்சினை மட்டும் அல்ல. உலகப் பிரச்சனை போலும். கவிஞர், “அது அப்படி இல்லை” என்கிறார். நீர் சும்மா இரும். உமக்கு ஒன்றும் தெரியாது. இன்னொருவாட்டி அந்த நாய் என் பெண்ணுக்குக் கடிதம் அல்லது கவிதை எழுதட்டும். வகுந்து போடறேன்” என்றபடி அவள் போய்ச் சேர்கிறாள்.

மறைவிடத்திலிருந்து காதலன் வெளிப்படுகிறான். ஏதோ ஒரு வழியாகக் காதல் கல்யாணம் திகைகிறது.

சர்ச்சின் பாதிரியிடம், கவிஞர் வருவதாகச் சொல்கிறான் காதலன். பாதிரி நம்ப மறுக்கிறார். "கம்யூனிஸ்டுகள், இங்கெல்லாம் வரமாட்டார்கள். அதுவும் அந்த மாதிரிக் கவிஞர்..." என்கிறார் பாதிரி. பாதிரி இப்படிச் சொல்லிக்கொண்டிருக்கும்போதே, கவிஞர் சர்ச்சுக்குள் நுழைகிறார். அவனுக்காகச் சாட்சிக் கையெழுத்தும் போடுகிறார். விருந்துக்கொண்டாட்டங்களில் கலந்து கொள்கிறார். அப்போது, அவர் நாட்டில் அவர்மீது இருந்த தடை விலக்கப்பட்டு விட்டதாகச் செய்தி வருகிறது. கவிஞர். தம் குடும்பத்துடன் புறப்படுகிறார். தபால்காரக் காதலன், தொடர்ந்து பத்திரிகை செய்தி மூலம் கவிஞரின் பயணம் மற்றும் வாழ்க்கை பற்றி அறிகிறான். கவிஞருக்கு நோபல் பரிசு கிடைத்த செய்தியும் அவனுக்கு வருகிறது.

இடைவேளையில் அவர்கள் வெளியே வந்தார்கள் சட்டென்று உஷ்ணம் காந்தியது. இயல்பான உலகம். ஏ. சி.யைக் காட்டிலும், இந்த உஷ்ணம் பொருந்த இருந்தது. சபேசன், மீண்டும் ஒரு சிகரெட் வாங்கி வந்தான்.

"ஒரு சிகரெட்டுக்கு இருபத்து அஞ்சு பைசா ஏத்திவிக்கிறான், பேமானி"

வெளியில் இருந்து வாங்கிட்டு வர்றான் இல்லையா, அதான்"

"வெளியில இருந்து லாரி வச்சு ஏத்திக்கிட்டு வர்றானா சிகரெட்டை?"

"வாங்காம வந்திருக்கலாமே"

"..."

எஸ்பிரஸ்ஸோ காபியின் மணம் சுகமாகப் பரவியது. லேசாகப் பசிக்கவும் செய்தது.

"கவிஞரா வர்றவர் ரொம்ப இயல்பா இருக்கார். இல்லே?"

"மனுஷன் மாதிரி வர்றார், பேசறார். பேசாம இருக்கார்"

"நம்ம ஆளுக காக்காவலிப்பு வந்தவன் மாதிரி பண்ணுவாங்க, கவிஞன்னாலே"

நாலு அடிக்குள் ஒருத்தி, இரண்டு இளைஞருடன் நின்று குளிர்பானம் அருந்திக்கொண்டிருந்தாள். கரும்பச்சை நிறப் புடவையில் இருந்தாள். காதில்கூட பச்சையாகத் தொங்கின. இரண்டு சின்ன ஊஞ்சல்கள்! உதடுகள் அவள் வண்ணம்

பூசி இருந்தாள் என்பது நிச்சயம். ஆனால், அது தெரியாத வண்ணம் சாமர்த்தியமாகப் பூசி இருந்ததைச் சிலாகிக்கத் தயாராக இருந்தான் சபேசன். உடனே அவனுக்கு, அவளுக்குக் கடிதம் எழுத வேண்டும் என்பதாய்த் தோன்றியது, அந்தப் படத்தில் வந்த இளைஞன் எழுதியதைப்போல. ஆனால், அவனால் சொந்தமாகவே எழுத முடியும்.

"படுத்துக் கிடந்த பச்சை வயல்..." என்னும் ஓர் அடி தோன்றும் முன்பே, அவனை ரூபி தனியான ஓர் இடத்துக்குத் தள்ளிக்கொண்டு போனான். "நீங்களும் வாங்கடா" என்று மற்ற இருவரையும் அழைத்தான்.

ரூபி, தன் உள்ளங்கையை விரித்தான். அதில் தோல் பர்ஸ் ஒன்று இருந்தது. அவன் அதைத் திறந்தான். சில நூறு நோட்டுகள் ரோஜா வண்ணத்தில் சிவந்த ஐம்பது ரூபாய் நோட்டுகள், தவளை மாதிரி படுத்திருந்தது பர்ஸ்.

"யாருது?"

"தெரியலை, காலில் தட்டுப்பட்டது."

"என்ன பண்ணலாம்?"

"முன்னால இருக்கிறவன் பர்சாக இருக்கும். கேட்டுப் பார்ப்போம்..."

"தியேட்டர் மானேஜர்கிட்டே கொடுக்கலாம் அல்லது நேரா போலீஸ்ல கொடுக்கலாம்."

"போலீஸ்ல கொடுக்கிறதைவிட நாமே வச்சுக்கலாம்."

"அதுவும் சரிதான்."

பெற்ற தனத்தை இழக்கவாவது என்ற எண்ணமே ஓங்கி இருப்பதாக எல்லோருக்கும் தோன்றியது. பேசிக்கொள்ளவில்லை, புரிந்தது கடைசியாக ரூபியே ஒரு தீர்வைச் சொன்னான்.

"யாரும் பர்ஸைத் தேடினானா, கொடுத்திடலாம்"

அவர்கள் இருட்டுக்குள் தங்கள் இடத்தில் அமர்ந்தார்கள்.

சபேசன் மனதில் அடுத்த அடி தோன்றியது.

"பழுத்துத் தொங்கிய உலோகப் பச்சை"

தபால்கார இளைஞன், கவிஞரைப் பற்றிய செய்தி வருகிறபோதெல்லாம், அதைத் தன் மனைவியிடம் சொல்லிப் பெருமை அடித்துக் கொள்கிறான். கவிஞர், தன் நாடு கடத்தல்

வாழ்க்கையைப் பத்திரிகைகளில் எழுதுவதை அவன் தொடர்ந்து வாசிக்கிறான். தன் ஊர், தங்கள் கிராமத்தைப் பற்றி அவர் குறிப்பிடவில்லையே என்று மனைவி கேட்கிறாள். அவர் தகுதிக்கு இதைப் பற்றியெல்லாம் அவர் பேசுவார் என்று எதிர்பார்க்கலாமா என்று அவன் கேட்கிறான். ஆனாலும் அவன் வருத்தம் வேறு. கவிஞர் அவன் ஊர் கடற்கரையைப் பற்றிச் சொல்லவில்லை. மற்றும் பறவைகளையும் பற்றி அவன், டேப் ரிக்கார்டருடன் கடற்கரைக்குச் சென்று கடலின் சம்பாஷணையைப் பதிவு செய்கிறான். பறவைகளின் உசாவலையும்கூட. அதைக் கவிஞருக்கு அவன் அனுப்பப் போகிறான்.

தொழிலாளர் பேரணி நடைபெறுகிறது. அதில் இளைஞனும் கலந்து கொள்கிறான். கூட்டத்தில் அவனும் பேசும்படி நேரிடுகிறது. அவன் மேடையில் கவிஞரின் கவிதைகளை உணர்ச்சியுடன் பேசுகிறான். போலீஸ் துப்பாக்கி சூடு நடத்துகிறான். ஒரு குண்டு அவனைச் சாய்க்கிறது...

சபேசனுக்கு முன்னால் இருந்த நாற்காலி வரிசையில் இருந்த ஒருவன் எழுந்தான். திரையை அவன் மறைப்பது, இவனுக்குச் சங்கடமாக இருந்தது. எழுந்தவன் குனிந்து எதையோ தேடத் தொடங்கினான். தன் பாக்கெட்டுகளைத் தொட்டுக்கொண்டான். பதற்றத்துடன்கூடிய குரலுடன், அவன் இவர்களிடம் கேட்டான்.

"பர்சைக் காணம். யாராவது பாத்தீங்களா?"

அழுகையின் விளிம்பைத் தொட்டுக்கொண்டிருந்தது அந்தத் தீனக்குரல்.

சபேசன் ரூபியை, இருளின் ஊடே பார்த்தான். அவன் தலையசைத்தான். இருவரும் எழுந்தார்கள்.

"வெளியே வாங்க"

மூவரும் வெளியே, சிலரின் காலை மிதித்தபடி வந்தார்கள். அந்த இளைஞன் கல்லூரி மாணவன்போலத் தெரிந்தான்.

"இந்தப் பர்சா...!"

ரூபி காட்டினான்.

"உம்..."

"எவ்வளவு இருக்கு?"

அவன் தொகையைச் சொன்னான்.

"கரண்ட் பில்கூட அதுல இருக்கு சார்..."

இருந்தது.

ரூபி, பர்ஸை அவனிடம் கொடுத்தான். கண்கள் பளபளக்க அவன் அதைப் பெற்றுக்கொண்டான்.

அவன் முனைப்பு இவர்களுக்குப் புரிந்தது.

"வாங்க சார்... கூல்டிரிங்க்ஸ் சாப்பிடலாம்"

அவர்கள் மறுத்துவிட்டு, அரங்குள் நுழைந்தார்கள்.

... கவிஞர் ஏதோ பயணத்தின் ஊடாக அந்த ஊருக்கு, அந்த வீட்டுக்கு வருகிறார் தம் மனைவியுடன். வீட்டுக்குள்ளிருந்து ஒரு பந்து வெளியே வந்து விழுகிறது. தொடர்ந்து ஒரு சிறுவன் வெளியே வருகிறான். உள்ளிருந்து பெண் குரல்.

"பேப்லோ, தெருவுக்குப் போகாதே"

கவிஞர் அந்தக் குழந்தையைப் பார்க்கிறார். குழந்தையின் தாயும் வெளிப்படுகிறாள். தபால்கார இளைஞனின் மனைவி.

கவிஞரைப் பார்த்துத் திகைக்கிறாள்.

"எங்கே உன் கணவர்?"

அவன் குண்டடி பட்டுச் செத்ததைச் சொல்கிறாள் அவள். அவன் அவருக்கு அனுப்ப வைத்திருந்த கேசட்டை அவள் கவிஞருக்குத் தருகிறாள்.

கவிஞர், கடற்கரையில் தன்னந்தனியாக உலவிக் கொண்டிருக்கிறார்...

அவர்கள் வெளியே வந்தார்கள். வெயில் குறைந்து இருந்தது. கடற்காற்று வீசத் தொடங்கி இருந்தது. அந்த இளைஞன் இவர்களைத் தேடி வந்து "ரொம்ப நன்றி சார்" என்றான்.

சபேசன் கண்களில் அந்தப் போஸ்டர் பட்டது. பேப்லோ நெரூடா கடற்கரையில் நடந்துகொண்டிருந்தார். காற்றில் கலந்து போன, தபால்கார இளைஞனைத் தேடுகிறார் போலும் என நினைத்துக்கொண்டான்.

தூரத்தில், ஜனக் கூட்டத்தை ஊடறுத்துக்கொண்டு போய்க்கொண்டிருந்தான், பர்ஸை அடைந்த இளைஞன்.

கவிதையின் மூன்றாவது அடியை யோசிக்க ஆரம்பித்தான் சபேசன்.

2001

காலை முதல் மாலைவரை

அவன் இறந்துகொண்டிருந்தான். அவனது வெள்ளை விழிகள் மட்டும், வெட்டி எறியப்பட்ட நகம் மாதிரித் தனியாக மின்னின. கைகள் இரண்டும், மிகவும் பவ்யமாகக் கட்டிக்கொண்டு படுத்திருந்தான். ஏதோ ஏசு நாதர் சிலுவைக்கு முன் நிற்பவன் மாதிரி.

டாக்டர் அவனைப் பரிசோதனை செய்துவிட்டுத் திரும்பினார். அறைக்கு வெளியே, நைந்து வெளிறிய ஆடைகளோடு அவன் மனைவி டாக்டரை எதிர்ப்பட்டாள்.

டாக்டர், உதட்டைப் பிதுக்கினார்.

"வருந்துகிறேன், தயாராக இருங்கள். ஏற்பாடுகளைச் செய்யத் தொடங்கலாம்" என்று டாக்டர் நகர்ந்தார்.

அந்தப் பெண், அறைக்கு உள்ளே சென்று தன் கணவனைப் பார்த்தாள். அவன் முகம், மிகவும் அமைதிகொண்டு விளங்கியது. ஏதோ ஒரு லட்சம் பிரான்க் லாட்டரிப் பரிசு பெற்றவன்போல். இதென்ன ஆச்சரியம்? எப்போதும் கறுப்பும், வெளுப்புமாக இருக்கிற முகம் அவனுக்கு. எப்போதும் துரத்திக்கொண்டே இருக்கும் பிசாசுகளிடம் இருந்து தப்பித்து வருபவனைப்போல அவன் ஓடிக்கொண்டே இருந்தவன். முகத்தின் தோலே,போல கவலைகளும் அதிருப்தியும், அவன் முகத்தை ஒட்டிக்கொண்டு இருந்தன.

இப்போது அவன் முகம் எல்லையில்லாத அமைதியும், மகிழ்ச்சியும்கொண்டிருந்தது. அவளுக்கு ஆச்சரியமாக இருந்தது.

மனிதர் சாகும்போது, தெய்வக்களை பெற்று விடுவார்களா என்ன?

அவன் தனக்குள் சிரித்துக்கொண்டான். பூமியின் மண்ணின், அழுக்குகளில் இருந்து ஒரு படிமேலே, அந்தரத்தில் நடந்துகொண்டிருந்தான். சாம்பிராணிப் புகை மாதிரியான பிரதேசத்துக்குள் அவன் பிரவேசித்துக்கொண்டு இருந்தான். இறக்கை முளைத்த சம்மனசுகள் அவனுக்குத் தென்பட்டார்கள். அவர்கள், இவனுக்கு வரவேற்பு சொன்னார்கள்.

"மகிழ்ச்சியாக இருக்கிறீர்களா" என்றாள் ஒரு தேவ மனுஷி.

"ஆகா"

"இங்கே, மகிழ்ச்சியாக அல்லாது வேறு எப்படியும் நீங்கள் இருக்க முடியாது" என்றாள் மற்றொரு தேவ மனுஷி. இங்கே எதிர்காலம் இல்லை. இறந்த காலம் மட்டுமே நிகழ்காலம், அதை மட்டும் அசைபோட்டுக்கொண்டு இங்குக் காலம் தள்ளலாம். இது சொர்க்கவாசல். சற்று நேரத்தில், நீங்கள் சொர்க்கத்தில் பிரவேசம் செய்யலாம். அங்கே நம் தந்தையை நீங்கள் பார்க்கலாம். அவர் கையில் ஒரு பெரிய தராசு இருக்கும். உங்களுடைய நன்மை, தீமைகளை அவர் எடைபோட்டு, உங்கள் சந்தோஷங்களை எடைக்குத் தக்கபடி நீடித்துக் கொடுப்பார்"

அவன் தந்தையை நோக்கி நடக்கத் தொடங்கினான்.

"மாலை தாண்டாது. நீ ஏற்பாடுகளைக் கவனி. பெண்ணே, துக்கத்துக்கு அடையாளமாக, அந்த கறுப்பு அங்கியை எடுத்து, அணியத் தயாராகு. பார்வையாளர்கள் வரத் தொடங்குகிறார்கள். அவர்களுக்காக, அறையை நேர்த்தியாகத் தயார் செய்து வை"

யாரோ, சுவாருக்குக் கட்டளை இட்டுக்கொண்டிருக்கிறார்கள். "சுவாருக்கு" அந்தப் பெயரை, அவன்தான் இட்டான். சுவார் என்றால் மாலை. அவனது, வாழ்க்கையின் மாலைக் காலத்தில் அவள் வந்து சேர்ந்தாள். அதன் குறியீடாக "சுவார்" என்று பெயர் வைத்தான். ஆனால், அவனது வாழ்க்கையை வசந்தமாக்கியவள் இவள் இல்லை. அது மூான். அவளுக்கும், அவன் செல்லமாக ஒரு பெயர் வைத்திருந்தான். அது மூர். அவன் அகராதியில், அதுக்குக் காலை என்று அர்த்தம். அவனது இளமைக் காலம் அது. அந்த பருவத்துக்குப் ஏற்ப, அழகான காலைத் தென்றலாய் நல்ல காபிக்கு இசைந்த காபித் தூள் மாதிரி அவள் வாய்த்தாள்...

"நண்பரே உமக்கு என் மனைவியை நான் அறிமுகம் செய்து வைக்க வேண்டும். அது உமக்கு இன்பம் தரும். கண்ணே மூான் வா. இவர் என் நண்பர்... கேள்விப் பட்டிருப்பாயே... இவர் பெயரை. புகழ் பெற்ற மனிதர். அவள் என் இனிய பாதி. அறிமுகம் கொள்ளுங்கள். எங்கள் வீட்டுக்கு முதல் முறையாக வருகை தந்து இருக்கிறீர்கள். வாருங்கள். இதைக்கொண்டாடுவோம்."

சிவப்பு ஒயினைக்கொண்டு வந்து, விருந்தாளிக்கு வழங்கினாள் மூான்.

மூான், நீ எங்கிருந்து இறங்கி வந்தாய்!

வானவில்லின் படிக்கட்டுகளில் இருந்தா...

ஈடன் தோட்டத்து, பழ மரங்களில், எந்த மரத்தின் பழம் நீ?

தந்தைக்கு முன் இசைக்கும் சங்கீதத்தின் எந்த ஸ்வரம் நீ?

மூான் சிரித்தாள்.

"முகிலே... சாப்பிடுங்கள். நிறைய குடியுங்கள். கன்றின் தொடை மாமிசம் தயாராகிக்கொண்டிருக்கிறது. விரைவில் வரும். அதற்கு முன் ஒயினை அருந்துங்கள். ஒயின், என்பது நிலாவுக்கு முன் வருகிற நட்சத்திரம். அருந்துங்கள். எங்கள் நண்பரே!"

அவன் ஒயினையும் குடித்தான். அவளைக் கண்ணால் தொட்டுக்கொண்டே, அவளையும் குடித்தான்.

"மூான்! நண்பர் வேன்சான் இல்லையா?"

"வாருங்கள், உங்கள் நண்பரும், என் கணவரும் ஆன முசியே வேன்சான். கடலில் போயிருக்கிறார்.

"உமக்குத்தான் தெரியுமே, நாங்கள் கடல் வியாபாரிகள் என்று. ஆண்டி பாதி நாட்கள் அவர் கப்பலில் வாழ்கிறார். வசந்த காலங்களில்தான், இந்த வீட்டுப் பலகை போர்த்திய மேல் தளத்தைப் பார்த்துக்கொண்டும், அவர் கடலின் பச்சை நீரையும் பார்த்துக்கொண்டும் வாழ்கிறோம்."

அவன் ஆறுதலாகச் சொன்னான்.

"வாழ்க்கைக்குப் பணமும் வேண்டியிருக்கிறதே"

"யௌவனத்தைச் செலவழித்துப் பணம் சேர்க்கிறோம். பிறகு அப்பணத்தைக்கொண்டு, சந்தோஷங்களை வாங்க முடியுமா, நண்பரே"

"முடியாதுதான். இறந்த காலம் மீள்வதில்லை. நிகழ்காலம் உறைப்பது இல்லை. எதிர்காலம் புரிவது இல்லை."

"நான் நிகழ் காலத்து மனுஷி. என் இரத்தம் இன்றைய சூரியனால் மட்டுமே சூடேறுகிறது. இந்தக் கோப்பை ஒயின் மட்டும் எனக்குப் போதை தருகிறது. நேற்றைய ஒயின், எனக்கு நினைவு மாத்திரமே"

"..."

"சரி வாருங்கள், இந்த நிமிஷத்தை சாஸ்வதமாக்குவோம்"

அலுவலகப் பொறுப்புகள் அவனை அழுத்திக்கொண்டே பூமிக்குள்கொண்டு சென்றன. அவன் புதைந்துகொண்டிருந்தான். மேசை மேல் இருக்கிற புத்தகக் கட்டுகள், ஃபைல்கள் ஆகியவற்றின் மற்றொரு நீட்சியாக அவன் மாறிப் போனான். அவன் நகம்போல, இறகுப் பேனா மாறிப் போயிற்று. அவன் மூச்சில் காகித வாசனை அடித்தது.

"என்னைக் காப்பாற்றுங்களேன்" என்றான் அவன்.

அவனை நோக்கி, வெள்ளை, நிர்வாணக் கரம் ஒன்று நீண்டு வந்தது. அவன் அதைப் பற்றிக்கொண்டு எழுந்து வெளியே வந்தான்.

அங்கு, அந்தக் கையில் மற்றொரு பகுதியாக மூான் நின்றாள்.

"மூான் உனக்கு ஒரு பெயர் சூட்டப் போகிறேன்."

"என்ன?"

"மூர்"

"ஏன்?"

"நீ காலையாக இரு. தென்றல் மட்டும் இருக்கும். மூர்... வெயில் இல்லாத காலை. இரவுக்குப் பிறகு வருகிற காலை. இருளுக்குப் பிறகு வரும் வெளிச்சம்"

"இருட்டுக்கும் காலைக்கும் என்ன வித்தியாசம். அன்பே இருளின் நீட்சிதானே, பகல்! பொய்யின் நீட்சிதானே உண்மை?"

அவர்கள், மூரின் வீட்டுப் படுக்கை அறையில் இருந்தார்கள்.

நீளம் இருபது அடி. அகலம் அறுபது அடி. சுவர், வெளிர் பச்சை, அறைக்குள் இருக்கும் பொருள், ஓர் இரட்டைக் கட்டில், ஓர் அலங்கார மேசை, கண்ணாடியுடன்கூடியது; ஆடை மாற்றும்

தடுப்பு. தரையில் பச்சைக் கம்பளம் விரிக்கப்பட்டிருந்தது. சாம்பிராணியும், அகிலும் மணக்கும் அறை. மொத்தம், நாலு ஜன்னல். ஜன்னல் ஒவ்வொன்றுக்கும், சட்டம் ஆறு. மூடு பலகைகள் மொத்தம் இருபத்து நாலு. அந்தச் சட்டங்களின் நிறமும்கூட, வெளிர் பச்சை.

"ஏன் இந்தப் பச்சை, மூர்?"

"இந்தியாவில் இல்லாத நிறம், அன்பே. இந்தியர்கள் சிவப்பு நிறங்களில் வாழும் இனம். எனக்கு பசுமை மட்டுமே பிடிக்கும்"

"சிவப்பு நிறம் என்றால்?"

"ரௌத்ரம், பொறாமை, வெறுப்பு, கோள், வறுமை, அறியாமை இவைகளின் நிறம் சிவப்பு"

அவன் சிரித்தான்.

அவள் சொன்னாள்

"எங்கள் வீட்டுப் படுக்கை அறையைப் பற்றி, என்னைக் காட்டிலும் என் கணவரைக் காட்டிலும் அதிகம் அறிந்தவன் நீதான்"

இது, அவனுக்கு பிடித்து இருந்தது.

அதிர்ஷ்டக்காற்று, அவன் வீட்டுப் புகைப்போக்கியின் வழியாக உள்ளே நுழைகிறது என்று சக உத்தியோகஸ்தர்கள் சொன்னார்கள். இந்து மாக்கடலில் சரக்கை ஏற்றியும் இறக்கியும் பயணம் செய்கிற கப்பல்கள் எல்லாம் அவனுக்கே சொந்தமானவை என்கிற கூச்சல் எழுந்தது.

"மூர்! எனக்கு நாலு இந்தியர்கள் வேலைக்கு வேணும்"

"எதற்கு?"

"எனக்கு வரும் வருமானத்தை எண்ணி மூட்டையில் கட்டுவதற்கு"

"பிரான்ஸ் மன்னரை விடவும் நீ பணக்காரனாகி விடுவாயா?"

"இல்லை, பிரான்ஸ் மன்னரின் பணம், அவர் மூதாதைகளும், மக்களும் தந்தவை. என் செல்வம், என் மூளையும் வியர்வையும் தந்தவை"

அவர்கள் மாளிகையில் நிலா வீசியது. காலையிலும், மதியத்திலும் இரவிலும்.

அவன் வேன்சானிடம் சொன்னான்.

"வேன்சான், என் நண்பனே. இந்தியா, நம் அறுவடை பூமி. அதிர்ஷ்டம் நமக்கு இங்கு ஒரு தங்கச் சுரங்கத்தை உருவாக்கி வைத்திருக்கிறது. நாம் வெட்டி எடுக்க வேண்டும் என்பதே நமக்கு விதிக்கப்பட்டிருக்கும் பணி.

பார்! நர்மதை நதியிலிருந்து குமரி முனை வரைக்கும் என் மூச்சுக் காற்றே, அதிகாரம்! என் கண் அசைப்பே கட்டளை. என் காலுக்குக் கீழே என் சப்பாத்துக்கள், அந்தச் சப்பாத்துக்களுக்கும் கீழே பார். தலைகள் தென்படும். ஆம் இந்தியச் சிறுமன்னர்கள், நவாபுகள், ஜமீன்தார்களின் தலைகள். இந்தியர்கள், துரோகம் செய்வதை கலையாகவே கற்றவர்கள். தந்தை மகனுக்கும், அரசன் குடிமக்களுக்கும், துரோகம் செய்வதை! சூரியன், தன் வீட்டுப் படுக்கை அறைக்குள் உதயமாகி, குளியல் அறைக்குள் அஸ்தமனமாக வேண்டும்! என்று அவர்கள் விரும்புகிறவர்கள். ஜனநாயகம் என்கிற தத்துவம். அவர்களின் காட்டுமிராண்டி மூளைக்குத் தெரிவதில்லை. இந்த மக்கள், நம் வாளுக்குத் தக்க கைப்பிடிகள். இவர்களைப் பயன்படுத்திக் கொள்வோம். நம் மன்னரின் புகழை இங்குப் பரப்புவோம். நம் கஜானாவையும் நாம் நிரப்பிக் கொள்வோம்."

"இருபது கோடி ஜனம்கொண்ட தேசம். நம் இருநூறு சிப்பாய்களைக் கண்டு இப்படி அஞ்சுவது எதனால்?" என்றான் வேன்சான்.

"கூட்டு மனப்பான்மை இல்லை இந்த ஜனங்களிடம். எல்லோரும் தனித்தனி மனிதர்கள். இருபது கோடிக் கைகளும் இணைந்தால், இமயத்தைக் கட்டி இழுக்கலாம் என்ற ஞானம், இவர்கள் அறியாத தத்துவம். மன்னர்களுக்கும் ஜனங்களுக்கும் இடையே இருக்கும் பள்ளம் வெகு ஆழமானது.

இவர்களுக்கு அருமையான பாஷைகள் உண்டு. பாஷையைக்கொண்டு இவர்கள் ஒன்று சேர்வதில்லை. இவர்கள் நாகரிகமான இனம். அந்த நாகரிகம் இவர்கள் இரத்தத்திலோ, மூளையிலோ இல்லை. நாக்கில் மட்டுமே இருக்கிறது. அதோடு இவர்கள் நல்லவர்கள். இவர்கள் உதிரிகள். ஆகவே இவர்களை நாம் வெல்வது மிகவும் சுலபம்"

மூான் என்கிற மூர் இடைமறித்தான்.

"இவர்கள் சூது, கள்ளம் அறியாதவர்கள். சூழ்ச்சியால், இவர்களை நாம் வென்றுவிட முடியும்..."

வேன்சான் சொன்னான்.

"இந்துமாக் கடலின் மார்பை நம் கப்பல்களே, உழ வேண்டும். நண்பனே, அரபிக் கடலும், செங்கடலும், கருங்கடலும், நம் எச்சில்களையே சுவைக்க வேண்டும். இன்னும் நாலு கப்பல்களாவது எனக்கு வேணும்"

"நான் தருகிறேன். நான் பணம் தருகிறேன். இனி நாம் இருவருமே கூட்டாக, வியாபாரம் செய்யலாம்"

ழான் சொன்னாள்.

"இருவர் அல்லர் மூவர் என்னையும் சேர்த்து..."

சொர்க்கத்தின் பாதை கரடு முரடாக இருந்தது. பாதை போட்டு பல்லாயிரம் ஆண்டுகளாகி இருந்தன. செப்பனிட ஆள் இல்லை. கடவுளுக்கு நேரம் இல்லை. தேவ தூதர்கள் பறக்கிறவர்கள். நடக்கிறவர்கள் அல்லர். ஆகவே சொர்க்கத்தின் பாதை மிகவும் மோசமாக இருந்தது.

கடவுளின் தகதகக்கும் ஆசனம் வெகு தூரத்தில் தெரிந்தது. உருக்கிய பசும்பொன் ஆசனம். அவன் கண்கள் கூசின. கடவுள், என்னைப் பார்த்தால் என்னவென்று அழைப்பார், "மாட்சிமை தங்கிய ஆளுநர் அவர்களே" என்று அழைப்பாரோ, இவன் பெயரைச் சொல்லி அழைப்பாரோ?

"வாடா மகனே" என்பாரோ?

கடவுளை என்னவென்று அழைப்பது!

அப்பா, தாத்தா, மாமா, மகனே, மைத்துனனே... இதில் எது சரி.

"என்ன இது. சிரிக்கிற மாதிரி தெரிகிறதே!" என்கிற குரல் படுத்திருந்த அவனுக்குக் கேட்டது.

"சேச்சே... மனப்பிரமை. சாகப் போகிறவர் சிரிக்கிறதாவது?"

"அதானே பார்த்தேன். எனக்குப் பயமாக இருந்தது"

"உனக்கு உன் மேல் பயம்"

சிரிப்பலை எழுந்தது.

"ழான்! மனிதர்களுக்கு ஒரு விஷயம் புரிவது இல்லை"

"என்ன அது அன்பே!"

"எல்லோருக்கும் ஒரு நாற்காலி இருக்கிறது என்கிற விஷயம். பிறந்த உடனே அது போடப்பட்டு விடுகிறது. மனிதர்க்குத்தான் அதைக் காண கண் இல்லை. எங்கெங்கோ அலைகிறான். பிறன்

நாற்காலியில் அமர ஆசைப்படுகிறான். அவன் நாற்காலியை அவன் தேடுவது இல்லை. என்ன அர்த்தம்”

“தாழ்வு மனப்பான்மை”

“ஆமாம். நாற்காலி எப்போது கண்ணுக்குத் தெரியும்?”

“உன் பணியை நீ செய்து விட்ட பிறகு! பல பேர், தொடங்கவே இல்லை. ஆனால் நாற்காலிக்கு மட்டும் ஆசைப்படுகிறார்கள்”

“யாரைச் சொல்கிறாய்?”

“என் நாற்காலியில் அமர்வதற்கு ஆசைப்படுகிற, இங்கே இருக்கிற சில முட்டாள்களை.”

“பாவம் அவர்களும் உட்கார வேண்டாமா?”

“அவசியம் உட்கார வேண்டும்தான், என் நாற்காலியில் அல்ல! அவர்களின் நாற்காலிகளில்”

“தூமாஸ் உனக்கு எதிராக இருக்கிறாரா?”

“கும்பினியில் பணி ஆற்றும் நிறைய பேர்”

“பயப்படுகிறாயா?”

“இல்லை, நேர்மையும், ஞானமும் என்னை அசைக்க முடியாது”

“பின்?”

“துரோகமும், பேராசையும் என்னை அசைத்து விடும். எதிரிகள் என்னை வெல்ல முடியாது. நண்பர்களைப்போல இருப்பவர்களே என்னைக் கொல்ல முடியும். காளையைக் கொள்கிற நரி மாதிரி”

“இது என்ன கதை”

“இந்தத் தேசத்துப் பஞ்சதந்திரக் கதை”

“கவலைப்படாதே. நான் இருக்கிறேன்”

மூான், கறுப்பாடை அணிந்து துக்கம் காத்தாள்.

அவன், அவளுக்கு ஆறுதல் சொன்னான்.

“வருந்தாதே, மூான். கப்பல் விபத்தில் வேன்சான் இறந்தது மிகவும் துரதிருஷ்டவசமானது. என்றாலும், அது இறைவன் கிருபை. நடப்பது எல்லாம், அவன் வகுத்தவை. அவன் எழுதிய தீர்ப்பில் ஓர் எழுத்தையும், நாம் மாற்றி எழுத முடியுமா? முடியாதே; கண்ணுக்குத் தெரியா ஒரு சூத்திரக் கயிற்றில் நாம் பிணைக்கப்பட்டுள்ளோம். நாம் இயங்குவது,

நாம் இயக்கப்படுவதால் என்பதை நான் அறியும் தருணமே, மரணம்! நான் தின்றேன், நான் குடித்தேன், நான் வென்றேன் என்பதெல்லாம் அபத்தம் அல்லாமல் வேறு என்ன? நான் உண்ண வைக்கப்படுகிறோம். நாம் விளையாட்டு காட்டப் போகிறோம். அப்புறமாக நாம் எடுத்துக்கொள்ளப் படுகிறோம் என்பதுதான். மனிதனின் வாழ்க்கை வரலாறாக இருக்கிறதே. மூான், என் அன்பே, மூர்! நான் இருக்கிறேனே, கவலையை விடு!

அவனைச் சுற்றி ஒரு கூட்டம் நின்றது.

"என்ன?" என்றான் அவன்.

"துரோகம், வஞ்சகம், களவு என்கிற பிசாசுகள், உன் படுக்கை அறைக்குள் ஒளிந்துகொண்டிருக்கின்றன"

"இருக்கட்டும். அதுக்கென்ன இப்போ?"

"நீ குற்றம் செய்தவன் என்று ராஜா நம்புகிறான்."

"என்ன குற்றம்?"

"நீ அதிர்ஷ்டத்தைக் கதவைத் திறந்து வரவேற்று இருக்கிறாய். அழகான காதலி உனக்குக் கிடைத்து இருக்கிறாள். கப்பல்கள் வைத்துக்கொண்டு வியாபாரம் செய்கிறாய். பணம் உன்னிடம் மண்டி இருக்கிறது. நீ சந்தோஷமாக இருக்கிறாய்"

"நான் மனிதன். இப்படித்தானே இருக்க முடியும்"

"ஆனால், அது பிற மனிதர்களுக்குப் பிடிக்கவில்லையே. உன்னைப் பற்றி, ராஜாவிடம் நீ அமானுடன் என்று சொன்னார்களாம். நீ உடனே புறப்படுகிறாய். இரு கைகளையும் அகலமாக – விரிக்காதே. உன் கைகள் கட்டப்படுகின்றன"

"விலங்கா?"

"அப்படியும் அதைச் சொல்லலாம்"

அவன் மரத்தடியில் நின்றான். வயிற்றுக்குள் ஒரு பந்து சுருண்டது. நெருப்பால் ஆன பந்து. அது சின் அடுப்பு. தீயின் நாக்குகள், வயிற்றின் சுவர்களை எரித்துக்கொண்டு இருந்தன. பசி.

தீ எரிகிறது. அவன் தனக்குள் அடக்கம் ஆகிக்கொண்டு இருந்தான். மூர் அடக்கம் ஆனதுபோல. பதின்மூன்று குழந்தைகளைப் பெற்ற அவள் ஜனன வாய் அடைத்துக்கொண்டு விட்டது போலும்.

மரணம் என்பது என்ன?

இல்லாமல் போவது... இயங்காமல் போவது...

ழூர், நீ, எனக்குள் இருக்கிறாய், இயங்குகிறாய்.

நண்பர்கள், அக்காலத்தில் வணங்கியவர்கள், மொய்த்தவர்கள் பாராது, பார்த்தாலும் புன்னகைக்காது விலகிப் போகிறார்கள் மரணம் என்பது இதுதான்.

அவன் ஒரு ரொட்டிக் கடையில் வைத்து, இவளைப் பார்த்தான். இவள், பழுப்பு நிறம். மண்போல இவள், அடக்கமானவள் கிணற்று ஜலம்போல. இவள், அமைதியானவள், காந்தள் மரம்போல. அவள் கைகள் நீட்டியபடியே இருந்தன. பற்றிக்கொள்ள மற்றொரு கையைத் தேடும் கை.

அவன் தன் கைகளை நீட்டினான். அவள் பற்றிக்கொண்டாள்.

ரொட்டிக் கடைக்காரி, பசியை ஆற்றினாள். பிறந்த நாள் பசியை. அவனுக்குப் பசித்தது.

பிச்சை எடுக்க மனம் வரவில்லை.

கேட்காமலேயே கொடுப்பார் யாரும் இருக்கிறார்களா?

இல்லை. யாருக்குமே செவிகள் இல்லை.

மூட்டைகளின் மேல் அவன் அமர்ந்து இருந்தான்.

பண மூட்டை. மூட்டைகளின் வாய், குழந்தைக் காக்கைகளின் வாய்களைப்போல, திறந்து இருந்தன.

அவன் எல்லோர்க்கும் வழங்கிக்கொண்டிருந்தான்.

படையில் வேலை செய்யும் சிப்பாய்களுக்கு, நண்பர்களுக்கு அண்மையில் இறந்து போன ழூானுக்கு, முகம் தெரிந்தவர்க்கு, மற்றும் தெரியாதவர்க்கு.

“சந்தோஷங்களில் உயர்ந்த சந்தோஷம் எது?”

ழூான் ஒருமுறை கேட்டாள்.

“தின்பது இல்லை. குடிப்பது இல்லை. பயணம் பண்ணுவது இல்லை. ஆள்வது இல்லை. அலங்காரம் பண்ணிக் கொள்வது இல்லை. பூண்பது இல்லை.”

“வேறு எது?”

“கொடுப்பதில்தான்.”

அது அவனது வசந்த காலம். மரங்களில் பூக்கள். குழந்தைகளின் கண்களைப்போல.

"நண்பனே, எனக்கு ஒரே ஒரு குறை" அவன் துடித்துப் போனான்.

"உனக்கும் குறையா?"

"ஆம், உனக்கு ஒரு குழந்தை பெற்றுக் கொடுக்க முடியவில்லையே, என்னால்"

அவன் சிரித்தான்.

"இறைவன், நம்மைக் குழந்தைகளாகவே பார்க்கிறான் என்று அர்த்தம். பூரான், குழந்தைகளுக்கு எதற்குக் குழந்தை?"

பூரான் சிரித்தாள், கண்ணீரோடு.

அடையாளம் தெரிந்தது.

"தெரிந்ததா?"

"ஆம்"

"யார் இவன்?"

"பிரான்சுவா தூய்பிளக்ஸ்"

"மரணம் எப்படிச் சம்பவித்தது!"

"பசி, அதைத் தொடர்ந்து மாரடைப்பு"

"ரொம்ப நல்லது."

"அவன் படுக்கை அறைச் சுவரில் எதையோ கிறுக்கி இருக்கிறானாமே. என்ன அது!"

"சில பெயர்களை"

"என்ன பெயர்கள்?"

"மூர் முதல் சுவார்வரை எழுதி இருக்கிறான்"

"காலை முதல் மாலைவரை என்றா?"

"ஆமாம்"

"என்ன அர்த்தம், இதற்கு?"

"ஒரு நாள் முழுக்க அவன் வாழ்ந்தான் என்று எழுதி இருப்பானா?"

"காலை முதல் மாலை வரை, பசித்து அலைந்தேன் என்று எழுதி இருப்பானா?"

"காலைதான் மாலை, இரண்டுமே சந்திதானே? என்ன வேறுபாடு?"

"மனிதர்கள் இருவகை. ஒரு சாரார், காலைகள், மறுசாரார் மாலைகள்"

"இறைவனுக்கு எது உவப்பு?"

"அவன் மனிதனாக இருப்பதில்தான் உவப்பு."

தந்தை அவனைக் கண்டார்.

"வா"

அவன் அவர் அருகே போய் நின்றான். அவனை அவர் நிறுத்தார்.

இரண்டு தட்டுகள். ஒன்றில் அவன் பாவம். ஒன்றில் புண்ணியம்.

இரண்டும் சரி சமமாக இருந்தன.

"சரி, நீ மனிதன்தானே. இப்படித்தான் இருக்கும்" என்றார் தந்தை.

1997

சிட்சை

அண்ணா... எனக்கும் கத்துத்தரேளா... எனக்கும் வாத்தியம் வாசிக்கணும்போல இருக்கு" என்று கையைக் கட்டி, வாயைப் பொத்திக்கொண்டு வேஷ்டியைப் பதவிசாகச் சொருகிக்கொண்டும் கேட்டான் தியாகு.

"லே... தோசிப்பயலே... சும்மா தொணதொணக்காதேன்னு சொன்னேன் இல்லையா... மணி என்ன ஆவுது, உன் கண்ணைப் பிடுங்க, போய் காய்கறி வாங்கிட்டு வா... அவ என்ன கேழ்க்கிறாளோ அதை வாங்கிக் கொடு... நீ நாதஸ்வரம் கத்துண்டு வருவியோன்னுதான் சடங்கான பெண்டுகள், கல்யாணத்துக்கு நாள் வெக்காமே காத்துண்டு இருக்கிறதுகள்... போடா... பொசக்கெட்ட பயலே" என்றார் வீரபாகு.

சீவாளிகளை ஒவ்வொன்றாக எடுத்துப் பொருத்துவதும், வாசிக்கிறதும், பிறகு எடுப்பதுமாக இருந்தார் அவர். காலை நேரம், அண்ணாவுக்கு இப்படித்தான் போகும். விரும்பினால், ஏதாவது ராகம் வாசிப்பார். வாசித்தார் என்றால், ராட்சஸ சாதகம்தான். வெயில் வாசலில் இருந்தது. கூடத்துக்கு வரும் வரைக்கும் மழைதான். புயல் மழை. வெட்டி எடுக்கும் மின்னல் இடி. அண்ணி இலையைப் போட்டு, ஒரு குட்டித் தூக்கமும் போட்டு விடுகிறவரைக்கும் சாதகம் நிற்காது. இல்லையென்றால் மக்கர்தான். சீவாளிக் கொஞ்சம் மாத்திரம்தான். நினைத்துக்கொண்டால், மெடல்களைப் "புளி போட்டுக் கழுவுடா" என்பார்.

தியாகு, பையை எடுத்துக்கொண்டு கடைக்குப் புறப்பட்டான்.

"பத்திரம். பணம் பத்து ரூபா. தொலைச்சுட்டு வந்து நிக்காதே. அஜம் என்றாள் அண்ணி. தியாகுவுக்குச் சிரிப்பு சிரிப்பாக வந்தது. "அஜம்" என்கிற வார்த்தையை அப்படி விசேஷமாக உச்சரித்தாள் அவள். அஜ்ஜ்ஜ்ஜம், யாருக்குத்தான் சிரிப்பு வராது. எல்லோருக்கும் ஒரு வார்த்தை. அண்ணிக்கு அவன் அஜம். அண்ணாவுக்கோ தோசி. சோமு மாமாவுக்குக் கம்மனாட்டி.

கடைக்காரன் இவனைப் பார்த்ததும், கடைப் பையனிடம் சொன்னான்.

"ஒத்து, வந்திருக்கான் பார். வழக்கப்படி சொத்தைக்கத்தரி, காய்ஞ்ச கீரையை எடுத்துப் போடுடா" என்றதைக் கேட்டு தியாகு "போங்க மாமா, வெள்ளாட்டுதான்" என்றான். மாமா தமாஷ்காரர். தொடர்ந்து சொன்னான் கடைக்காரன்.

"என்ன ஓய்... தியாகராஜ பிள்ளைவாள், என்னைக்கு நீரு "மோமோ" வாசிக்கப் போறீரு. நான் கேழ்க்கப் போறேன். வாய்க்குள்ளே இரண்டு பக்கத்திலேயும், ரெண்டு பொரி விளங்காய் உருண்டைகளை வச்சுக்கிட்டு உம்முன்னு காத்தை ஊதிக்கிட்டு ஒத்து ஆளா எத்தனைக் காலம் கழிக்கப் போறீரு"

"அண்ணா சிட்சை பண்றேன்னு சொன்னார்... பண்ணி வைப்பாரே"

"வைப்பார், வீரபாகுதானே... சில்லறைச் சத்தம் கேட்டாதானே, சீவாளியைத் தொடுவார் அவர். உன்னை மாதிரி அநாதைக்கு எவன் காணும் நாதசுரம் கத்துக் கொடுக்கப் போறான்? அசடு மாதிரி பேசறீரே..."

"எங்க அண்ணா ரொம்ப நல்லவர். எனக்குப் பண்ணி வைப்பார். பார்த்துட்டே இருங்கோ மாமா. உம்ம கடை வாசலிலே நின்று வராளி வாசிக்கலைன்னா பாருங்கோ... இல்லேன்னா என் பேர் தியாகு இல்லை, தோசி"

கடைக்காரன் சிரித்துக்கொண்டே இருந்தான். அவனுக்குப் புரை ஏறியது.

அண்ணி பையை வாங்கிக்கொண்டாள். கையில் அவள் சில்லறையைக் கவனமாக எண்ணினாள்.

"அண்ணா எங்கேண்ணி?"

"ஆற்றங்கரைக்குப் போயிருக்கார்"

சுவர்ப்பக்கம் திரும்பி, சில்லறைப் பர்சை மார்புக்குள் சொருகிக்கொண்டாள் அவள்.

"ஐயோ... அங்கே தண்ணி இல்லையே... தென்னந்தோப்பு மோட்டார் இறைக்குதோ இல்லையோ, அங்கேதானே போகணும்"

"அஜம், உனக்கெதுக்கு அந்தக் கவலை?"

அவள் தோட்டத்துப் பக்கம் போனாள். தியாகு, இரும்பு வாளியில் தண்ணீர் இறைத்துக்கொண்டு ஆற்றங்கரைக்குப் புறப்பட்டான். அண்ணா தாழம் புதர் மறைவிலிருந்து வெளியே வருகையில் தியாகுவை அவர் பார்த்தார். நட்டு நடுவெளியில், புதைந்த கல் மாதிரி அவன் நின்றிருந்தான். கையில் வாளி. முட்டிக்கு மேல் ஏறிய ஒற்றை வேட்டி. திறந்த உடம்பு, கழுத்தில் சிவப்புக் கயிறில் கோத்த ருத்ராட்சக் கொட்டை ஒன்று. நெற்றித் திருநீர், வியர்வையில் கசிந்திருந்தது.

"என்னடாது, தோசி?"

"தண்ணி இல்லைண்ணா... ரொம்ப தூரம் மோட்டார் செட்டுக்கில்ல நீங்க போக வேண்டியிருக்கும்"

குளிக்க மட்டும் கோவணம் மாதிரி தண்ணீர் ஓடிக்கொண்டிருந்தது. காவிரிக்கும் கஷ்டகாலம். கலி, இல்லாமல் வேறு என்ன? குளித்துவிட்டுத் திரும்பினார் அண்ணா. அரசமரத்து மேடையில் அமர்ந்து, விபூதியைக் குழைத்து இட்டுக்கொண்டார். "யப்பா... குருநாதா..." என்றபடி சற்று கண்மூடி, நிஷ்டை மாதிரி அமர்ந்திருந்தார். சில நிமிஷங்களுக்குப் பிறகு கண் விழித்தார். எதிரே நாலடி தள்ளி, கையைக் கட்டிக்கொண்டு அண்ணாவின் முகத்தையே பார்த்தபடி நிற்கிற தியாகுவைப் பார்த்தார்.

அரசமரக் காற்று சில்லென்று வீசியது. இரவு, இலையில் தங்கி இருந்த சொட்டுப் பனிநீர், அவர் நெற்றியில் சொட்டியது. துடைத்துக்கொண்டார், காசித் துண்டால்.

"இங்க வாடா... இங்க வந்து உக்காரு..." என்று தன் எதிரே சுட்டினார். அவன் எதிரே சம்மணம் போட்டு அமர்ந்துகொண்டான்.

"சோமு உன்னை என்னத்துக்குடா விரட்டியடிச்சுட்டார்?

பாடத்துல மனசு இல்லாமல் காவாலி மாதிரி கத்திண்டிருந்தியோ, உனக்கு நிஜமாகவே சங்கீதம் கத்துக்கணுமா சொல்லு. இது விளையாட்டில்லை. உயிர். தபஸ் மாதிரி, இது

பேய். ஒண்ணு நீ அதை வசப்படுத்தணும். இல்லை, அது உன்னை அடிச்சுடும். சொல்லு..."

அவனுக்கு நிறைய சொல்ல வேண்டியிருந்தது.

"திருச்சேறை பாலுன்னா, தொண்டையிலே தண்ணி இறங்காதேடா, எங்களைப்போலவங்களுக்கு. அப்பேர்க்கொத்த மகா ஞானிக்குப் புள்ளையா பொறந்துட்டு, இப்படி அலையறது... தலையிலே எழுத்து; வேற என்ன?" என்றார் சோகத்துடன் அண்ணா.

"அப்பா என் பேரிலே, கொள்ளை ஆசை வச்சிருந்தாராம்ணா... என்னை பெரிய பாகவதரா ஆக்கணும்னே என் பேர் தியாகராஜன்னு வெச்சாராம். எனக்கு "மொதோ மொதோ சரிகமபதனி, சரளிவரிசை அப்பாதான் சிட்சை பண்ணி வைச்சார். என்ன பண்றது அண்ணா, எனக்கு லபிக்கலை. அப்பா, நான் ஆறு வயசா இருக்கறச்சேயே அற்பாயுசுல போய்விட்டார்" என்று சொல்லிவிட்டுச் சிரித்தான் தியாகு.

"தோசிப் பயலே, சிரிக்கிற விஷயமா அது? ஒண்ணும் பணம் காசு வச்சுட்டுப் போகலையா? ஜெகஜ்ஜோதியா இருந்தாரே... எட்டுக் கண்ணும் விட்டெறியற மாதிரி..."

"இல்லை அண்ணா. பட்டு வேஷ்டியும் பட்டு அங்கவஸ்திரமும்தான் மிச்சம்னு அம்மா அழுதா. அதான் கண்டதுன்னு அம்மா என்னை வெசவா"

"ம்" பெருமூச்சு விட்டார் அண்ணா.

"கலைஞர்கள் பிழைப்பே அவ்வளவு தாண்டா. உச்சத்துல இருக்கறச்சே, அண்ணாம்பான், ஆகாம்பான், சாட்சாத் நாத ப்ரம்மமே நீங்கதாம்பான்... அண்ணா காலடி, எங்க சபாலே படற நாள் எந்த நாளோம்பான்... நம்பர் ஒண்ணும்பான். இதுவும் அந்த வேப்பிலை அடியிலே மயங்கி, ஹி... ஹி... ங்கும். அத்தரையும் ஜவ்வாதையும் பூசிட்டு மணக்க மணக்க வலம் வரும். ஆத்திலே பெண்டாட்டி சாப்பிட்டாளான்னு தெரியாது. கிழிசல் புடவை கண்ணுக்குத் தெரியாது. அப்புறம் திடீர்னு ஒருநாள் ஓலை வரும். படுத்தும். அப்புறம்தான் தெரியும் சங்கதி. எல்லாம் பெருங்காய டப்பா; ஊதுவத்தி போட்டு வச்ச உருட்டைப் பெட்டி; பச்சைக் கற்பூரம் போட்டு வச்ச ஜாதிக்காப் பெட்டின்னு! பிள்ளைகள் சோத்துக்கு ஆலாப் பறக்கும். என்ன பிழைப்புடா இது? உலகத்துல எத்தனையோ தொழில் இருக்கு. நான் பார்த்துப்

பொறந்த குட்டி, ஜெகதாம்பாள், இன்னிக்கு காவிரிக்கரையிலே தூக்கலா நூறு ஏக்கரா, கழுத்தை வளைக்கிற நகை என்ன, நட்டென்ன, பட்டென்ன, பவிசென்ன, எல்லாம் மர்மத்துல மச்சம்டா. வாத்தியத்தைக் கையில் தூக்கிட்டு அலையோன்னு அலையறேன். இன்னும் கால் குழிக்கு வக்கில்லை. வீடு, மழை காலம்னா கூரை அழுறது... தலேலே எழுத்து...”

அண்ணா கச்சேரிக்குப் புறப்பட்டுக்கொண்டிருந்தார். இது போன்ற சந்தர்ப்பங்களிலே அவருடைய ஜபர் தஸ்தே அலாதியாக இருக்கும்.

“வந்தானா, காழியூர்க்காரன்?”

“தவில்கார் இன்னுர் வரலை”

“அவனை ஒழிச்சுக் கட்டறேனா இல்லையா, பார். இதான் அவனோட கடைசிக் கச்சேரி. தோசிப் பயல் சொன்னா சொன்ன நேரத்துக்கு வரது இல்லை. பெரிய வலங்கைமான்னு நினைப்பு. லே... தியாகு, அந்தப் பயலை வாசல்லேயே மறிச்சு அனுப்பிடு... சொல்றேன்.”

அண்ணா, உடுத்திக்கொள்ளத் தொடங்கினார்.

“இது என்ன லாண்டரி மடியோடி?”

“லாண்டிரி வேறயா. ராத்திரி ஆனா, ஊள மோரும், ஊறுகாயுமா புழைப்பு நடக்குது... இதுல லாண்டரிக்கு எங்கே போறது? எல்லாம் தியாகு சலவைதான்” அளவான கஞ்சியும், மிதமான நீலமும். வேட்டி பலகை மாதிரி நின்றிருந்தது.

“பேஷ்” என்றார் அண்ணா. கச்சேரியும் ரொம்ப நன்றாக அமைந்து விட்டது. பேசினதுக்கு மேலே நூறு ரூபாய் கிடைத்தது. அண்ணா சந்தோஷத்தின் உச்சத்தில் இருந்தார். வெங்கு ஐயர் கடையில் ஒரே களேபரம் நிகழ்ந்தது.

“நெய் விழுது மாதிரி, சொத சொதன்னு மிதக்கிற மாதிரி ஒரு ஊத்தப்பம் போடும். அது மாதிரி ஆறு போடும். இந்தத் தோசிப் பயல்களுக்கு எல்லார்க்கும் கொடுமேன்” என்று கார்வார் பண்ணினார்.

“என்ன சட்னி... காவேரியைக் குண்டானிலே பிடிச்சுட்டு வந்துட்டேளா...”

அண்ணா எல்லோர்க்கும் ஓட்டலில் வைத்தே சன்மானத்தைப் பிரித்துக் கொடுத்தார்.

“அன்னவாசலுக்கு எப்போ ஐயரே பஸ்?”

“கடைசி வண்டி வந்ததுன்னா, பத்து மணிக்குள்ளாற வரும்”

நிறைய நேரம் இருந்தது. வாத்தியத்தைத் தோளில் தொங்க விட்டுக்கொண்டு நின்றான் தியாகு. அண்ணா கடை பெஞ்சில் அமர்ந்துகொண்டார்.

“லே, இப்படி உட்கார்”

தியாகு, வாத்தியத்தை மடியில் வைத்துக்கொண்டு அமர்ந்தான்

“ஏன்டா, லெ... என்னத்துக்குடா, சோமு உன்னை அடிச்சு விரட்டினான்”

தியாகு சொன்னான்.

“தெரியலை அண்ணா. முதல்லே நல்லாத்தான் வச்சிருந்தார். அம்மாவுக்குப் போக்கிடம் இல்லைன்னு அழுதுச்சா... சரி வீட்டோட இரு. இங்கயும் பொம்மனாட்டியும்தான் இல்லை. தொண்டைக்கு சுடுதண்ணி தேவைன்னாகூட இங்க நாதி இல்லை. இருன்னார். நாங்க ஒண்ட ஒரு கூரை கிடைச்சுதுன்னு இருந்தோம். அண்ணா, மாமாவுக்கு வேஷ்டி துவைக்கிறது, கடைகண்ணிக்குப் போறது, கரண்ட் பில் கட்டறது, வீடு ரிப்பேர் பார்க்கிறது எல்லாம் நான்தான். மாமா, சொல்லிக் கொடுங்கோம்பேன், சொல்லிக் கொடுங்கோம்பேன். சும்மா இருடா கம்மனாட்டிம்பார். அம்மாவும் ஒண்ணும் சொல்லிக்கிறது இல்லை. முடியாது இல்லையா அண்ணா. நான் என்ன சம்பளமா கொடுத்துட்டு இருந்தேன். பிச்சை சோறு சாப்பிட்டு இல்லையா இருந்தோம். அம்மாவை மட்டும் மாமா ரொம்பவும் நல்லா கவனிச்சுட்டு இருந்தார்ணா...”

இருட்டு கடுமையா வியாபித்து இருந்தது. பக்கத்தில் இருந்த அரச மரம், பயமுறுத்துகிற சப்தத்தை எழுப்பிக்கொண்டிருந்தது. அண்ணா கல் மாதிரி அமர்ந்திருந்தார்.

“என்னத்துக்கு அப்படிடா?”

“தெரியலைண்ணா, ஒருநாள் நான் பார்க்கக்கூடாததைப் பார்த்துட்டேண்ணா...”

“எதை... எதை...”

“நாகப் பிரதிஷ்டையிலே இரண்டு நாகம், பின்னிப் பிணைஞ்சுட்டு... மூர்க்கமா ஒண்ணு ஒன்னைத் தின்னுவது, ஒண்ணு மற்றதைக் கொல்லற மாதிரி இருக்கு மேண்ணா... அது மாதிரி மாதிரி மாமாவும்...”

“போதும் நிறுத்துடா… அதுக்கு மேல பேசக்கூடாது. அது மாதிரி நினைக்கவும்கூடாது” என்றார் அண்ணா பதற்றத்துடன்.

பிரமை கலையாமல் அமர்ந்திருந்தான் தியாகு.

நாகங்கள், அவனைச் சுற்றி நெளிநெளியாகக் குவிந்தன. ஒன்றன் வாலை ஒன்று கவ்வியபடி… நஞ்சின் நெடிகாற்றை நீலமாக்கின. அவற்றின் கண்களில் அக்னியின் நாக்குகள், தீக்கொப்புளங்கள்…

“மாமா… அப்புறம் அடிக்கடி அறைந்தார்ணா. ரொம்பக் கடுமையா, தாங்க முடியாத அளவுக்கு என்னை அடிச்சுக் கொல்வார். மாடு, கட்டவிழ்த்துட்டு ஓடிப்போச்சுண்ணா, அதுக்கு நான் என்ன பண்ணட்டும்? கண்ணு மண்ணு தெரியாமே என்னை அவர் அடிச்சிப் போட்டார்”

“அம்மா தடுக்கலையா?”

“எப்படிண்ணா முடியும்? அம்மாவை நான் காப்பாத்த முடியுமாண்ணா? எனக்குப் பதினாலு வயசுகூட நிறையலை. அம்மா கோவிச்சிண்டு வந்துட்டா சாப்பாடு துணிமணிக்கு என்ன பண்ணும்? பாவம், பேசாமே பார்த்துட்டு நிக்கும். மூச்சு விடாது பாவம்”

எங்கோ கோயிலில் இருந்து நாதஸ்வரம் மிதந்து வந்தது.

“என்ன ராகம்டா அது, தியாகு?”

“பிலஹரிண்ணா”

“சபாஷ்”

“நான் மட்டும் ஓடிவந்துட்டேன். அம்மா என்ன பண்ணுதோ பாவம்”

அண்ணா சற்று நேரம் கழித்துச் சொன்னார்.

“தியாகு… நீ பெரிய ஆளா வருவடா… நாளைக்கு சிட்சையை ஆரம்பிக்கிறோம்.”

அண்ணா என்ன சொல்கிறார் என்று புரிந்து கொள்ளவே நீண்ட நேரம் பிடித்தது தியாகுவுக்கு.

1997

சின்னி

சின்னியும் பையன்களின் கூட்டத்தோடு சேர்ந்து ஓடிக்கொண்டிருந்தான். வெள்ளைக் கரும்புக் கட்டுகளை ஏற்றிக்கொண்டு சர்க்கரை ஆலைக்குப் போய்க்கொண்டிருந்த டிராக்டரைத் துரத்திக்கொண்டு அவர்கள் ஓடிக்கொண்டிருந்தார்கள். டிராக்டரை நெருங்கித் தொத்திக்கொண்ட ஒருவன், ஒரு கரும்பை இழுத்தான். இரண்டு மூன்று முயற்சிகளுக்குப் பிறகு, நெகிழ்ச்சியான கரும்பொன்று அவன் கையில் வந்தது. அதையும் மேலும் நான்கைந்து கழிகளையும் எடுத்து எறிந்தான். ஓடி வந்த பையன்கள், விழுந்த கரும்புகளைப் பொறுக்கிக்கொண்டார்கள்.

சின்னி, இன்னொரு பக்கம் தொற்றினான். தங்கள் கூட்டத்தைச் சேராத புதிய பையனை அவர்கள் விசித்திரம்போலப் பார்த்தார்கள். காது ஜவ்வு அறுந்து போகும் படி அவர்கள் கூச்சல் போட்டுக் கத்தியதுதான் தப்பாக இருக்க வேண்டும். டிராக்டர், சட்டென்று பாதை ஓரம் வளைந்து நின்றது. பையன்கள் ஆளுக்கொரு திசையில் மறைந்தார்கள். கையில் கரும்போடு கீழே குதித்தான் சின்னி.

“தாயோழி... வகுந்துடறேன் பாரு...” என்று கத்தியபடி டிராக்டரில் இருந்து கீழே இறங்கினான் ஒருவன். சட்டென்று இடது பக்கமாகத் திரும்பி, புதரும் செடியும் மண்டிய பூமியில் சின்னி ஓடிக்கொண்டிருந்தான். ஓடும்போதே, துரத்துபவனைப் பற்றிச் சிந்தித்தபடி இருந்தான் அவன். கல், அவனுக்கு அருகில் விழுந்தது. கரும்பின்

இழப்பு பெரிசல்ல. பையன்கள் போட்ட கூச்சலை, அவன் சவாலாக ஏற்றுக்கொண்டான். அதனால் துரத்துகிறான். சின்னி நின்றான். அவனும் நின்றான். கைக்கடக்கமான கல் ஒன்றை எடுத்து விட்டெறிந்தான். ஓடினான். இனியும் ஆபத்தில்லை என்று தோன்றியதும் நின்றான். அவன் நின்ற இடம் ஓடைக் கரையாக இருந்தது.

வெள்ளை மணலில் அமர்ந்தான். கரும்பைக் கடித்துமென்றான். சப்பென்று இருந்தது. என்ன இருந்தாலும் கருத்த பன்னிக் கரும்புதான் ருசி. தொண்டைவரை இனிக்கும். கரும்பை எறிந்து விட்டு, ஓடைக்குள் இறங்கினான். ஒருவன் கால் கழுவி, மண்தரையில் காலை உதறி ஜட்டி மாட்டிக்கொண்டிருந்ததை சின்னி பார்த்தான். அதே நேரம், அவனும் இவனைப் பார்த்தான். பேன்ட்டை மாட்டிக்கொண்டு, முகத்தில் சந்தேகம் தோன்ற, அவன் தன்னைப் பார்ப்பதை சின்னியும் கவனித்தான். பக்கத்தில் தாழம்புதர் இருக்க வேண்டும். தாழம்பூ வாசனை வந்துகொண்டிருந்தது. தாழம்பூ வாசனை சின்னிக்கு மிகவும் பிடிக்கும்.

அவன் சிகரெட்டைப் பற்ற வைத்தான். குவிந்த கைகுவிப்புக்குள் தீயை நோக்கிக் குனிந்த அந்தக் கணம், அவனின் கூரிய மூக்கையும், அது வழிந்து சமப்பட்டு உதடுகளாய்க் குவிந்ததையும், அவன் புகையை நன்கு இழுத்து வெளியேற்றுவதையும் சின்னி தன்னை மறந்து கவனித்தான். புகை காற்றில் பரவ, அலட்சியமாக மேடேறி, நடந்து மறையும்வரை பார்த்துக்கொண்டே இருந்தான். காற்றில் சிகரெட்டின் மணம், தன்னை வளைத்துக்கொண்டதாக அவன் உணர்ந்தான். புகை, பரந்து அகன்று, ஒரு பாதை மாதிரி அவன் முன் விரிய, அதில் அவன் நடந்தான். முன்னால் சென்றவன் பின்னாலேயே, அவன் நடந்துகொண்டிருந்தான்.

சின்னியின் குடிசையிலிருந்துதான் துரவு ஆரம்பித்தது. குத்துச் செடிகள், ஆளுயர எருக்கஞ் செடிகள் பல்கிப் பெருகி இருந்தன. ஊரின் இயற்கை உபாதை கழிக்கும் இடமாக அந்தப் பகுதி இருந்தது. அதைக் கடந்து சென்றால், அடைஞ்சான் ஓடை, யானையின் கோவணம்போல ஓடிக்கொண்டிருக்கும். அங்கு, தாழம் புதர்கள் அடர்ந்திருந்தன. அங்குப் பாம்புகள், தாழம்பூ வாசனை பிடித்துக்கொண்டிருக்கும் என்பாள் அம்மா. அந்தப் பக்கம் சின்னுவை விளையாடப் போகக்கூடாது என்று அம்மா சொல்வாள். அக்காகூடச் சொல்வாள். பின்னர் ஏகாம்பரத்தோடு அக்கா ஓடிப் போனாள்.

அப்புறமும் அம்மா சொல்லிக்கொண்டிருந்தாள். அக்கா போன பிறகு, அம்மா குடிசையில் தனியாகத்தான் இருந்தாள். வீராசாமி நாயக்கர் நெல்லு மண்டியில மூட்டை தூக்கும் கலிவரதன் வந்து அம்மாவுடன் குடிசையில் படுத்துக்கொண்டான். கணேஷ் டாக்கீஸில் இரண்டாம் ஆட்டம் அலிபாபா பார்த்துவிட்டுத் திரும்பும்போது, கலிவரதன்தான் வந்து கதவைத் திறந்தான்.

"எங்கடா வந்தே, தே... பையா... விடிஞ்சு வந்தா இன்னா?" என்றபடி, வாசற்படியை மறைத்துக்கொண்டு பீடி பற்ற வைத்தான். லாந்தர் வெளிச்சத்தில் அம்மாவின் ஒரு பகுதி தெரிந்தது. வாழ மட்டை மாதிரி வெள்ளைக் கால்களும், வரி விழுந்து, கருத்து வெடித்திருந்த வயிறும். சின்னி ஓட்டமாக ஓடைக் கரைக்கு வந்தான். நிலா, ஜிகினாத்தாள் மாதிரி காய்ந்துகொண்டிருந்தது. காற்றில் மிதந்து வரும் தாழம்பூ வாசனை. இருதயம் முழுக்க இழுத்துக்கொண்டான். ஜாக்கிரதையாக, சுற்றும் முற்றும், காலடியிலும் பார்த்துக்கொண்டான். பாம்புகள் தூங்கும். அல்லது, அம்மா மாதிரி படுத்துக் கிடக்கும்.

குன்னம்மா கடையில் கூட்டம் நெரித்தது. பிரும்மாண்டமான தேகம் அவளுக்கு. அவளுக்கு முன்னால், மிகப் பெரிய இட்லிக் குண்டான் சின்னதாய்ச் சூம்பிக் கிடந்தது. இயந்திரம்போல, சட்டியிலிருந்து மாவை எடுத்து நிரம்புவதும், வெந்ததை இறக்கி வழித்துத் தட்டில் போடுவதுமாக இருந்தாள் குன்னம்மா. சூரியன், சந்திரசேகர ரெட்டியார் வீட்டுக்குப் பின்னால் மறைந்து நேரம் அதிகமாகி இருந்தது. புளியந்தோப்பு சாராயக்கடை வியாபாரம் மேல் எழும்பும். புளியந்தோப்பில் இருந்து குன்னம்மா கடை இட்லிக்கும், காரச் சட்னிக்கும், வடை கறிக்கும், போதை தெளிவதற்கும் முன்னால் ரசிகர்கள் வந்து அமர்வார்கள். உடனடியாக இலை போட்டு, இட்லிகளை வைக்க வேணும். இல்லையெனில், அம்மா அக்காவைக் கூப்பிட்டு வைப்பார்கள்.

குன்னம்மா, குளித்து வந்தாற் போன்று வியர்வை வழிய புகையினூடாக, பரபர என்று இயங்கிக்கொண்டிருந்தாள். துணி சுத்தமாக விலகி, யானைத் தலை போன்ற அவள் பெரிய மார்பகங்கள், அவளின் ஒவ்வோர் அசைவுக்கும் 'ஆமாம்' போடுவதுபோலக் குலுங்குவதை வேடிக்கைபோலப் பார்த்துக்கொண்டு நின்றான் சின்னி.

"தட்டைப் பிட்டி குட்டி" என்றபடி குன்னம்மா, ஆவி பறக்கும் வெள்ளை வட்ட இட்லிகளைத் தட்டில் போட்டாள். என்னமோ,

சின்னி அவளுக்குப் பார்க்கக் குட்டிபோலத் தெரிந்தான். அவனது சிவந்த உதடுகள், நாவற்பழக் கண்கள், நடக்கும்போது, இடுப்பை ஒசித்து ஒசித்து அவன் நடக்கும் முறை, தெப்பலாக உடம்பு வியர்வையில் ஒட்டிக்கொண்டும், சட்டையைப் பிறர் முன் அவிழ்க்காத அவன் போக்கு.

சின்னி தட்டை எடுத்துக்கொண்டு, துணிப் படுதாவை விலக்கிக்கொண்டு வெளிப்பட்டான். அண்ணாமலை, இலை போட்டிருந்தான். வரிசையாக இலைகளில் இட்லிகளைப் போட்டுக்கொண்டு வந்த சின்னி, ஓர் இடம் வந்ததும் சட்டென்று, நின்றான். தாழம்பூ அவன் நாசிக்குள் நுழைந்து அவனை ஸ்தம்பிக்க வைத்தது. சின்னி நிமிர்ந்தான். அவன்தான். கை நடுங்கியது. கால்கள், ஸ்மரணை அற்றுப் போயின. வியர்வை அரும்பியது. ஆறு இட்லிகள் போட்டு விட்டு, சட்னி பக்கெட்டை எடுத்து வந்து விட்டான். அவனுக்குப் பக்கத்தில் இருந்தவன், "இன்னா சின்னிக்குட்டி, பாண்டிக்குத்தான் சட்னி அள்ளி விடுவியா? எங்களுக்கு மட்டும் நெய் கணக்கா விடறே?" என்றான்.

சின்னி அவனைப் பார்த்தான். பூரான் மாதிரி மீசைக்குள் அவன் சிரிப்பது கண்ணில் தெரிந்தது. குதித்துக்கொண்டு உள்ளே ஓடி மறைந்தான் சின்னி. பாண்டி, மொத்தம் பதினாறு இட்லியும், ஒரு சீசா நல்லெண்ணெயும், ஒரு வடைகறியும், சாப்பிட்டிருந்தான். கடை கட்டியான பின், தரையைக் கழுவிவிட்டுக்கொண்டிருக்கும்போதும், சின்னி, பாண்டி உட்கார்ந்த இடத்தில் தாழம்பூ வாசனை வீசுவதை உணர்ந்தான். பெஞ்ச் வழவழப்பைத் தடவிப் பார்த்துக்கொண்டிருந்தான்.

தவலையில் வெந்நீர் கொதித்தது. எடுத்துப் போய், பின் கட்டில், தட்டி மறைப்பில் ஏற்படுத்தியிருந்த குளியல் அறையில், பச்சைத் தண்ணீரைக் கலந்து விளாவினான். குன்னம்மா, மார்புவரை ஏற்றிக் கட்டிய பாவாடையுடன் வந்து மரப்பலகையில் அமர்ந்துகொண்டாள். தண்ணீரைக்கொண்டு அவள் தலையில் ஊற்ற ஊற்ற, ஒரு நாள் அடுப்படி அழுக்கைக் கழுவி விட்டாள் அவள். லைப்பாய் சோப் தேய்த்து முடித்தானதும், மீண்டும் தண்ணீரை அவள் மேல் ஊற்றினான். பாவாடை கழன்று தரையில் புரண்டது. துண்டைக்கொண்டு முதுகைத் துடைத்து விட்டான். அவள் முன் பக்கம் துடைத்துக்கொண்டாள்.

சின்னியின் மனம் முழுக்கவும் பாண்டியே இருந்தான். பாண்டியைத்தான் அவள் குளிப்பாட்டுகிறான். சோப் தேய்த்து

விடுகிறான். சுடச்சுட சோறும், கறிக்குழம்பும் ஆட்டுக்கால் சூப்பும் பண்ணி பாண்டிக்கு அவன் படைக்கிறான்.

"அண்ணாமலை எங்கடி, வந்தானா?"

"வரலைக்கா..."

"சாராயக் கடையில உழுந்து கிடப்பான், பேமானி..."

"வார நேரம்தாங்க்கா!"

"அங்க எவளையாவது நக்கிக்கிட்டுக் கிடப்பான்!"

குன்னம்மா எழுந்து நின்றாள். திட்டுத் திட்டாய்ப் புல் முளைத்த மைதானம்போல நின்றாள் அவள்.

துவைத்து உலர்த்திய புடவையைச் சுற்றி விட்டான் சின்னி. அக்கா, வெயில் காலத்தில் இரவில் ஜாக்கெட் போட்டுக் கொள்வதில்லை. குன்னம்மா போட்டு வைத்த தட்டில், சோறும், ஆட்டுக்கறி துண்டங்களும் நிறையவே கிடந்தன. குன்னம்மா, சோற்றில் வஞ்சம் பண்ணமாட்டாள். சாப்பிட்டு எழுந்து, தட்டைக் கழுவி வைத்துத் திரும்பியவனைப் பார்த்து, "அந்தக் கம்மனாட்டி குடிச்சுட்டு உழுந்து கிடக்கும், பாத்து இட்டாந்துடு" என்றாள் குன்னம்மா.

அண்ணாமலையைத் தேடிச் சாராயக் கடைக்குப் போனான். சாக்னா கடையில், தரையில் சரிந்து படுத்துக் கிடந்தான் அண்ணாமலை. அவனை உலுக்கி, "எந்திரி, அக்கா இட்டாரச் சொல்லிச்சு" என்றான் சின்னி.

"போடா மாமா பையா... எவனாவது பெரிசா வச்சிருப்பான்... அவனை இட்டுக்குனு போ... அக்காளுக்கு ஆம்பிளை தேடி வந்திருக்கான், பொட்டை பேமானி..."

"உஸ்... எந்திரி மாமா... அக்கா காத்துக்கிட்டு இருக்கு..."

ஆண்– பெண், புணர்ச்சி பற்றிய புதுப்புது சொற்றொடர்கள் தாராளமாக வந்தது அண்ணாமலைக்கு.

"த... அண்ணாமலை அண்ணே... அதுதான் கூப்பிடுத... எந்திரிச்சு போ... கடையாண்ட குந்திக்கினு வண்டை வண்டையா பேசிக்கினு இருக்கியே..." என்றார்கொண்டையும், கொண்டையில் பூவும், அரைக்கை பனியனும், அதன் மேல் தாவணி மாதிரி போட்ட சிவப்புக் காசித் துண்டும், நெற்றிப் பொட்டும் சகிதம் வாணலிக்குப் பின்னால் இருந்த ஒருவன் அல்லது ஒருத்தி.

“அடீங்... ஒன்... பொத்திக்கினு பேசாம இரு. நீ இன்னா இதுக்கு சப்போட்டா? என்னத்துக்கு... எனம் கூட்டணி சேர்றீங்களாடி... இல்லாதவளுகளா!”

இரண்டு பேர் வந்து சேர்ந்தார்கள்.

“இன்னா அண்ணாமலை... கடையாண்டை குந்திக்கினு, ரம்பாவுக்குக் கஷ்டம் கொடுக்கிற பாரு... எல்லாம் உன் வீட்டாண்ட வச்சுக்க...”

வாணலிக்குப் பின்னால் இருந்த ரம்பா, முகத்தில் திருப்தி தோன்ற அந்த ஆளைப் பார்த்துத் தலை அசைத்தாள்.

“நீ யார்றா ங்கொ... அந்த ரெண்டுங்கெட்டதை வச்சிக்கினு இருக்கிறவனா...?” என்று தொடர்ந்து, எழுந்து உட்கார்ந்த அண்ணாமலை, “அந்த தே... என் பொண்டாட்டி புள்ளைகளைப் பிரிச்சுட்டா...” என்றபடி தேம்பி அழ ஆரம்பித்தான். மாமா முன் உடனே வந்து நின்றான் சின்னி.

“அழாதீங்க மாமா... எந்திரிங்க...”

அண்ணாமலையின் துண்டை எடுத்து தன் தோளில் போட்டு கைத்தாங்கலாக அழைத்துச் சென்றான் சின்னி.

“சின்னி... நீ ரொம்ப நல்லவண்டா... பாவண்டா நீ...” என்று பிதற்றிக்கொண்டே வந்தான் அண்ணாமலை.

செவ்வாய்ச் சந்தையில் இருந்து தலையில் கூடையுடன் வந்துகொண்டிருந்தான் சின்னி. தக்காளி, வெங்காயம், காய்கள் என்று பலத்தது கூடை. காலைக் கட்டிப் போட்டிருந்த வெள்ளை நாட்டுக் கோழி, அவ்வப்போது, தன்னை நினைத்துக்கொண்டு “க்வாக்” என்றது.

வெயில் மறைந்து, குளிர்ந்து காற்று வீசியது. மண், உள்ளங்காலில் புதைந்து சுகமாக இருந்தது. மணல் ரஸ்தாவின் இருபுறமும், ரேடியோ புனல் பூச்செடிகள் செழித்துக் கிடந்தன. வளைந்து கோணல் தோன்ற நின்றிருந்த பூவரச மரங்களில் மரங்கொத்திக் குருவிகள் மூக்கைத் தீட்டிக்கொண்டிருந்தன. மண்ணைக் காலில் எற்றிவிட்டபடியே சின்னி பாடத் தொடங்கினான்.

“ஆலங்காட்டு மாமனுக்கு
அரை இடுக்கில் கொப்பளமாம்

அரியலூாரு அக்காவுக்கு
அன்னந் தண்ணிகூடலியாம்
மஞ்சணத்திக் கொல்லையிலே
மருக்கொழுந்து வாசமென்ன?
மருக்கொழுந்து வாசத்துக்கு
வாராரு எம் மாமன்..."

மண் ரஸ்தா திருப்பத்தில் சுமை தாங்கிக் கல்லில் காலைத் தொங்கவிட்டுக்கொண்டு உட்கார்ந்திருந்தான் பாண்டி.

"எலே சின்னி, இங்க வா" என்றான் பாண்டி.

சின்னி, கூடையைச் சுமை தாங்கியில் இறக்கிச் சும்மாட்டுத் துண்டை உதறித் தோளில் போட்டு, அதன் ஒரு பக்கத்தை மாராப்பு மாதிரிபோட்டுக்கொண்டான். கைலியை மடித்துக் கட்டிக்கொண்டு, தொடையும், புடைத்த கெண்டைச் சதையுமாக இருந்தான் பாண்டி. காலில் புசுபுசுவென முளைத்திருந்த சுருள் முடியைப் பார்த்து வெட்கம் கொண்டான் சின்னி.

"அது இன்னா பாட்டு... மருக்கொழுந்து, மல்லிப்பூன்னு சரியாக்கேக்கலை. ஒரு வாட்டி பாடு பாப்போம்..."

முகம் சிவந்து விட்டது சின்னிக்கு.

"போ... தமாஸ் பண்றே..."

"சேச்சே... ஆசைப்பட்டுக் கேக்கறேன். முறுக்கிக்கிறியே..."

"நிசமா?"

"சத்தியமா!"

துண்டின் ஒரு முனையில் நூல்களைப் பிய்த்து எறிந்தான். அதை வாயில் வைத்துக் கடித்தான். பாண்டிக்கு முதுகைக் காட்டிக்கொண்டு நின்றான். தொண்டையைச் செருமிக்கொண்டான்.

"சில்லுன்னு காத்தடிக்கும்
சிட்டு வந்து பொழுதடையும்
தென்னங்கீத்து தடுப்பால
தெக்கு பாத்து குந்த வச்சா
தாய்மாமன் சீர்வருது
தட்டும் மட்டும் தொன்னூறு
மலை மலைபோல,

மருக்கொழுந்து கடல்போல
தட்டான் உருக்கி பண்ண
தலையாணி நூறு மட்டும்.
நெத்திச் சுட்டி ஒட்டியாணம்
நெல்லுக் குவியல்போல
மூக்குத்தி மினுமினுப்பில்
முறைமாவன் வாறாங்க...”

சின்னி முகத்தை இரு கைகளாலும் மூடிக்கொண்டான்.

“ஏய் சின்னி... தென்னங்கீத்துப் பின்னால யாரு உக்காந்தது, நீயா?”

“அய்யே... போ...”

“வயசுக்கு வந்துட்டியா?”

“நடு வூட்டுல உக்கார வச்சு புட்டு சுத்தினாங்களா?”

“அய்யே... ஆம்பிளையைப் பாரு...”

“திரும்பி என் மூஞ்சைப் பாரு... பாத்தா ஒண்ணு சொல்றேன்”

சின்னி, முகத்தைக் கீழ் நோக்கியவாறு கண்ணை மட்டும் உயர்த்தி அவனைப் பார்த்தன்.

“என்னைக் கட்டிக்கிறியா?”

“அய்யோ...”

“சொல்லு... ரைட்டுன்னா, இன்ஜின் தண்ணி ஊத்தற கொட்டாவுக்கு வா...” அந்த இட்லிக் கடை குச்சுக்காரியோடதான் இருக்கப் போறியா?”

“அப்படி சொல்லாதே... எங்க அக்கா பாவம்...”

“போடி சர்தான். உங்க அக்காவ எனக்குத் தெரியாதாங்காட்டியும்? தாசில்தார் ஆபீசு மைக்கூடு ஆச்சே அவ. எவன் விட்டு எடுக்கலை அவளை?”

“சீ... போ... எங்க அக்கா பாவம். நாள் பூரா நெருப்பில் வெந்துக்கினு கெடக்குது. எல்லாம் இந்த சாண் வயித்துக்காகதானே? போனாத்தான் இன்ன. நீயா தாலி கெட்டி வச்சிருக்க...?”

“போடி சின்னத் தேவடியா...”

கண்ணை ஓயிலாகச் சுற்றி, கழுத்தை ஒரு பக்கமாகச் சாய்த்துக்கொண்டு, “நான் வரட்டா” என்றான் சின்னி.

“வருவேதானே”

“எதுக்கு வா வாங்கற?”

“தெரியாதாங்காட்டியும்...”

அவன் கூடையைத் தலையில் சுமந்துகொண்டான்.

“குட்டி... ஏமாத்தினே, ரெண்டா கிழிச்சிடுவேன்.”

அவன் சிரித்தபடி நடந்தான். குட்டி என்று அவனைப் பெண்ணாக விளித்தது அவனுக்குப் புளகாங்கிதமாக இருந்தது. அப்படி யாரும் பட்சமாகச் சொன்னது இல்லை. எதற்குக் கூப்பிடுகிறான்? தெரிந்தும் தெரியாமலும் இருந்தது. ஆசையாகவும் இருந்தது. அவன் என்னவெல்லாம் செய்வான் என்பதைக் கொஞ்சம் கொஞ்சமாக நினைத்துப் பார்த்து, பரவசம் அடைந்தான். மயிர்கால்கள் குத்திட்டன. கால்கள் தரையில் பதிந்தாலும், பாவாமலும் இருந்தன. வீடு போய்ச் சேர்ந்ததும், அக்கா கூடையை இறக்கி வைத்தாள். பண்டங்களை எடுத்துத் தரையில் வைத்தாள்.

“எக்கா... நான் சொல்லி இருக்கேனே... என் அக்கா... பெரியப்பா பொண்ணு, இங்க முதலியார் பேட்டையில்தான் இருக்காளாம்... சின்ன மாமியாரு ஊட்ல இருக்கா. சந்தையில என்னைப் புடிச்சிக்கிட்டா. ஊட்டுக்கு வந்துதான் போவணும்னு கையைப் புடிச்சி இழுத்தா... ராவுக்குவான்னா, புள்ளைக்கு மொட்டை போட்டு, இன்னிக்குத் குலதெய்வத்துக்குப் படைக்கிறாங்களாம்... எங்க அக்கா “ரைட்”டுன்னா வர்தா சொன்னேன்... பாவம்கா... இளைச்சுப் போயிருக்கா...”

“போய்த்தான் வாயேன். உனக்குன்னு உறவு அவதானே. என்ன மாதிரி ஒண்டிக் கட்டையா இருந்தென்ன பிரயோசனம்? நாலு நாள் படுத்தா, ஏன்னு கேட்க நாதி இருக்கா... அனாதைப் பொணமாத்தான் நான் போவேன். இந்தக் கம்மனாட்டியை இன்னிக்கும் பூரா காணம். இன்னிக்கு ஒரு நாள்தானே லீவு? இருந்து, எண்ணெய் முழுவி, வாய்க்கு ருசியா தின்னுட்டுப் படுத்தா இன்னா?”

“அப்படி பேசாதே எக்கா. நான் இல்லியா? என்னத்துக்கு அனாதைங்கிறது?”

“நீ மட்டும் சதமா இன்னா? கூடவே பொறந்த உசுரு, பொசுக்குன்னு ஓடிப் போவுது. நீ எவன இழுத்துக்கிட்டு என்னைக்கு ஓடப் போறியோ?”

“போக்கா... நான் எவனோடையும் போவ மாட்டேன்...”

“அதையும்தான் பார்ப்போம். ஆரவல்லி, சூரவல்லி, அலங்கார வல்லின்னு இருந்தவ எல்லாம், அர்ச்சுனனைப் பாக்கற வரைக்கும்தான். உடம்புத் திமிரை வெளியேத்தணுமே... வேற என்ன வழி?”

“நான் மாமா வந்தப்புறம் கிளம்பறேங்க்கா...”

“போ... விடிகாலை திரும்பிடு”

நாடார் கடையில் சந்தன சோப்பு சின்ன சைஸ் வாங்கிக்கொண்டான் சின்னி.

“இன்னா சின்னி மணக்கக் குளிச்சுட்டு மாமாகிட்ட போறியாக்கும்...” என்றார் நாடார்.

“போய்யா சர்தான்?”

கந்தசாமிக் கவுண்டர் பம்ப் கொட்டகைத் தொட்டியில் நீர் நிறைந்திருந்தது. நல்லவேளையாக யாரும் குளித்துக் கொண்டிருக்கவில்லை. வேப்பங்குச்சியை உடைத்துப் பல் துலக்கித் துண்டைக் கட்டிக்கொண்டு, கைலி, சட்டையைச் சுருட்டி வைத்துவிட்டுத் தொட்டியில் இறங்கினான். சோப்பு போடும்போது, கணபதி டாக்கீசின் “இன்றோல்” மணி அடித்தது. கசமுசா என்று சத்தம் எழுந்தது. மணி எட்டரை. நேரம் சரியாக இருக்கும்.

“அதாரது குளிக்கிறது?”

திரும்பினான். சங்கரி அக்கா, துணி மூட்டையுடன் நின்றிருந்தாள்.

“நான்தாங்க்கா சின்னி...”

“நல்லவேளை யாரோன்னு நினைச்சேன்...”

அவள் சாவகாசமாகச் சிமெண்ட் கட்டையில் உட்கார்ந்தாள்.

“இன்னா, இந்த நேரத்துல சமைஞ்ச பொண்ணு மாதிரி குளிக்கே.?”

“இப்பத்தான் சந்தைக்குப் போயி வந்தேன். உடம்பெல்லாம் கசகசங்குது...”

துணியை முக்கி சோப் போட்டு ஊற வைத்தாள். சுவாதீனமாகப் புடவையை உருவிப் போட்டு, ஜாக்கெட்டை அவிழ்த்துக் கீழே போட்டாள். குதித்துக்கொண்டு திமிறி நின்றன

அந்த இளமை பாரங்கள். அந்த இருட்டில், நிலா வெளிச்சத்தில், இடுப்பில் பதிந்த பாவாடைத் தழும்பு வளையம் தெரிந்தது. சட்டென சின்னியின் மனசு சோகத்தில் கவிந்தது. அது மாதிரியான பூரித்த மார்பகங்கள் தனக்கிருந்தால் எவ்வளவு நன்றாக இருக்கும்? எல்லாம் இரண்டும் கெட்டானாக, அது மாதிரியும் இல்லாமல், இது மாதிரியும் இல்லாமல், இது என்ன பிறப்பு? சங்கரி அக்கா, பாவாடையை உயர்த்தி மார்பை மூடிக் கட்டிக்கொண்டாள். தொட்டியில் இறங்கினாள். சின்னி குளித்து முடித்திருந்தான். இடுப்புவரை நீரில் நின்ற சௌகர்யத்தில் துண்டை உருவி, தலையைத் துவட்டினான்...

"இன்னா சின்னி... சந்தனம் மணக்குது. சந்தன சோப்பா?"

"ஆமாங்க... எங்க அக்கா குடுத்துச்சி..."

"இட்லிக்காரி சந்தன சோப்பு வேற குடுக்கிறாளா உனக்கு? கில்லாடி, உன்னையும் ஏதாவது பண்ணச் சொல்றாளா அவ?"

"சீச்சீ... போக்கா... வேணும்னா சோப்பை நீயே வச்சுக்கோயேன்"

"பெரிய மனசுடி உனக்கு!"

ஜனதா வேட்டியைச் சேர்த்துத் தைத்த கைலியைக் கட்டிக்கொண்டு, பளபளத்த, இறுக்கமான கை வைத்த நீலச் சட்டையைப் போட்டுக்கொண்டான். தலையைப் படிய வாரிக்கொண்டான்.

புறப்படும்போது அக்கா ஐம்பது ரூபாய் நோட்டைக் கொடுத்து "குழந்தைக்கு ஏதாச்சும் வாங்கிட்டுப் போ... வெறுங்கையை வீசிக்கிட்டுப் போவாதே!" என்றாள். பணத்தை வாங்கி, உள்ளங்கை அளவிலான சைசில் இருக்கும் மணிபர்சில் வைத்து, அதைப் பனியனுக்குள் செருகிக்கொண்டான் சின்னி. புறப்பட்டான்.

அலரியும் தும்பையுமாகக் கண்ணுக்கு எட்டிய மட்டில் முளைத்திருந்த இன்ஜின் திரும்பும் இடம் போய்ச் சேர்ந்தான்.

கணபதி டாக்கீஸ் படம் முடிந்து போன ஜனக்கூட்டத்தின் பேச்சுக் குரல் அடங்கி இருந்தது. ரயில் இன்ஜின், நாள் ஒன்றுக்கு இரண்டு முறை அங்கு வந்து நிற்கும். இரண்டு ஆட்கள், தண்ட வாளத்தைச் சுற்றுவார்கள். இன்ஜின் திரும்பிக் கொள்ளும். மாலை ஆறு மணிக்கு இன்ஜின் திரும்பிக்கொண்டு போன

பிரபஞ்சன் | 93

பிறகு, அந்தப் பகுதியிலேயே ஆள் அரவம் அற்றுப் போகும். இன்ஜின் கொட்டகை என்று ஒரு கல் கட்டடம், எரிந்த கரிக் கற்களாய் தரை நிரம்பி இருக்கும். பல சமயங்களில், சின்னி அங்கு உபாதைக்கு வந்திருக்கிறான். இந்த இருட்டில், பாண்டி என்னதான் அங்கு செய்வான். பாம்பு பிடுங்காமல் இருக்க வேண்டுமே!

மெல்ல சத்தம் இல்லாமல், இன்ஜின் கொட்டகை வாயிலில் வந்து நின்றான் சின்னி.

"ஆரது?"

குரல் வந்த திசையைப் பார்த்து மெல்ல "சின்னி" என்றான் இவன்.

"வா... வா... என்ன இம்மா நேரம்?"

இருட்டில் கண்ணைப் பழக்கிக்கொண்டு உள்ளே போனான். பாண்டி சுவர் ஓரம் அமர்ந்திருந்தான். கடா மார்க் சாராய வாடை. ஓர் அலுமினிய டம்ளரில், பாட்டிலில் இருந்த சாராயத்தை ஊற்றி இருந்தான் போலும். பேப்பரில் விரித்த பொட்டலத்தில் காரக் கடலை இருந்தது.

"சாப்பிடறியா?"

"அய்யோ... வேணாம்..."

"கடலை தின்னு..."

கடலையை எடுத்துக் கொறித்தான்.

எரிந்த கரிக்கற்கள் குத்தின. பாண்டி, காலால், கற்களை ஒதுக்கித் தனக்குப் பக்கத்தில் இடம் தயார் செய்தான்.

"இங்க வந்து குந்து"

சின்னி எழுந்து போய் பாண்டியன் பக்கத்தில் அமர்ந்தான்.

பாண்டி அவன் தோள் மேல் கையைப் போட்டு அணைத்துக்கொண்டான்.

கிழக்கு வெளுக்கத் தொடங்கி இருந்தது. விடிவதற்குள் வீடு போய்ச் சேர வேண்டும் என்ற நினைப்புடன் சடுதியாக நடந்தான் சின்னி. உடம்பு வலித்தது. அதை மீறி மனசு தளும்பியது. "சீ... மோசமான ஆளு" என்று பாராட்டுதலுடன் நினைத்துக்கொண்டான்.

தெரு குளிர்ந்திருந்தது. மண் ரஸ்தா, சில்லென்று உள்ளங்காலில் புதைவது சுகமாக இருந்தது. புல்லுக்கடை வெறிச்சென்றிருந்தது. சாயங்காலம் ஆனால் கூட்டம் நெரியும்.

மற்ற நேரங்களில், வண்டிக்காரர்கள் பெண்டாட்டிகளுடன் சண்டை போட்டுக்கொண்டிருப்பார்கள். வண்டை வண்டையான வார்த்தைகள், காதில் குத்தி உடைந்து வழியும்.

அக்காவிடம் பசு இல்லை என்றாலும் புல்லுக்கடைக்கு வருவதை வழக்கமாகிக்கொண்டிருந்தான். காதை வண்டிக்காரர்களின் பெண்ஜாதிகளுக்குக் கொடுத்து விட்டுப் பராக்கு பார்ப்பவன்போல் நிற்பான். எத்தனை கற்பனை நயம் மிகுந்த வசவுகள்.

கிருஷ்ணக் கோனார் வீட்டு வேலைக்காரியான பொன்னுகூட வருவாள். புல் வாங்கவும், வசவுகளைச் சேகரித்து ஞாபகப் பெட்டிக்குள் போட்டு வைத்துக்கொள்ளவும், சின்னியைப் பார்க்கவும் அங்கு வருவாள். பெரும்பாலும், கோனார் வீட்டில் சமைத்த எதையாவது தின்னக்கொண்டு வருவாள். பால் கொழுக்கட்டை, சீடை, சர்க்கரை அவல் என்று ஏதேனும் பண்டம்.

“பாவம், கஷ்டப்படற உசுரு” என்று நினைத்துக் கொள்வான் சின்னி. முறை மாமனைக் கட்டிக்கொண்டு, அடியும் உதையும் பொறுக்காமல் ஓடிவந்தாள். புருஷன் வந்து அழைத்தும், பஞ் சாயத்து வைத்து, தாலியை அறுத்து எறிந்தாள்.

கோனார் வீட்டில் சமைக்கவும், எடுபிடிக்கும் போனாள். சமையல் நன்றாக இருந்ததாகச் சொன்னாராம் கோனார். அவரை இவள் வைத்துக்கொண்டிருப்பதாக ஊரில் பேச்சு.

அப்படியா என்றால், “ஆமா... இப்ப இன்னா அதுக்கு” என்பாள் சாதாரணமாக சின்னியிடம் மட்டும். “ஆமா... கோனாரு என்னை வச்சிருக்காரு” என்று ஒப்புக்கொண்டாள்.

இருள் பிரியும் முன்பாக வீடு வந்து சேர்ந்தான் சின்னி. கதவைத் திறந்து விட்ட அக்கா, “படையல் நல்லபடியா நடந்துச்சா” என்றதுக்கு, “ரொம்ப பிரமாதமா நடந்துச்சுக்கா... சாப்பாடு தடபுடல்” என்றான்.

“சித்த படுத்து கண் அசர்றேன். ராத்திரி பூரா எலித் தொல்லை தாங்கலைடி. நீ போற ஷோக்குல, சாக்கடையை அடைக்காமே

போயிட்டே. எலி காலைப் பிராண்டிடுச்சி. மறக்காம எலிப் பாஷாணம் வாங்கி வை. ராத்திரிக்கே வை. செத்து ஒழியட்டும்...”

சின்னி நடந்துகொண்டே சொன்னான்.

“எலித் தொல்லையா, மாமா தொல்லையா?”

“அடிப் போடி என் சக்களத்தி” என்றபடி சின்னியை அடிக்க வந்தாள் அக்கா.

ஓடினான் சின்னி. பிருஷ்ட பாகம் வலித்தது. ஆனாலும் எல்லாம் சுகமாக முடிந்தது பற்றிப் பரவசமாக இருந்தது அவனுக்கு. தட்டி மறைப்பில், பானையில் தண்ணீர் இருந்தது. காலையில் வரும் தண்ணீரைப் பிடித்து வைத்துக்கொள்ளலாம் என்று நிம்மதியில், சின்னதாகக் காக்கைக் குளியலை நடத்திக்கொண்டான். வரும்போது, அக்கா கொடுத்திருந்த அந்த அம்பது ரூபாயை எடுத்து பாண்டியிடம் கொடுத்தான்.

“எதுக்கு” என்று பாண்டி கேட்டதுக்கு, “வச்சுக்க... வரும்போது ஏதாச்சும் வாங்கியாரணும்னு நினைச்சேன்” என்பதாகப் பதில் சொன்னான் சின்னி.

“நான் தாண்டி உனக்குத் தரணும்”

“ஐயே...” என்று வாயைப் பொத்திக்கொண்டு, “யாரு கொடுத்தா இன்னா?” என்றான் சின்னி சிரித்துக்கொண்டு. சிரிப்பான சிரிப்பு, அப்படிப்பட்ட சிரிப்பு வந்தது அவனுக்கு.

“என்னடி, நீயே சிரிச்சுக்கறே” என்று அக்கா கேட்டுக்கொண்டே, அவன் பக்கத்தில் முதுகைக் காட்டி அமர்ந்துகொண்டு சிறுநீர் கழித்தாள்.

“உடம்பு உனக்கு சூடாயிடுச்சுக்கா... மஞ்சளா போவுது”

“என்னடி பண்றது? பகல் முழுக்க ஒரு சாமம் கணக்கா அடுப்புல வேவறேன். அசந்து படுக்கலாம்னா, இந்த நாயி குடிச்சுட்டு வந்து ராத்திரி பூரா அலம்பல். பத்தாதுன்னு எலி வேற...!”

சின்னி மொண்டு கொடுத்த தண்ணீரைச் “சலக் சலக்” என்று அடித்துச் சுத்தம் செய்து எழுந்தாள் அக்கா. அந்தச் சமயத்தில் சின்னிக்கு அந்த யோசனை தோன்றியது. பிறகு கேட்கலாம் என்று ஒத்திப் போட்டான்.

வானம் மூட்டம் போட்டிருந்த ஒரு மதிய நேரம். புல்லுக்கடை தொடங்க இன்னும் நேரம் இருந்தது. பொன்னு, பூவரச மரத்தில் கீழே உட்கார்ந்திருந்த சின்னியைக் கவனித்து அவன் பக்கம் வந்து அமர்ந்துகொண்டாள்.

"இன்னா... உன்னை ரொம்ப நாளா கண்ணிலயே காணம். எவனோடயாவது ஓடிப் போயிட்டியோன்னு நினைச்சேன்" என்றாள் பொன்னு.

"போ பொன்னு... எவன் இருக்கான் என்ன வச்சி ஆளறதுக்கு?" உதிர்ந்த பூவரசம் பூ ஒன்றை எடுத்து மண்ணை உதறினாள் பொன்னு. பிறகு சாவகாசமாகச் சொன்னாள்.

"இப்பல்லாம் இஞ்சின் கொட்டா பக்கம் சும்மா சும்மா போறியாமே... இன்னா சங்கதி?"

"த... இன்னா சொல்ற நீ? வெளிக்கி இருக்க அங்க போவேன்?"

"அடி என் சக்களத்தி... இஞ்சின் பள்ளத்துல தண்ணிதான் இல்லியே... எங்கடி கழுவறே?"

சிக்கிக்கொண்டதைக் காண்பித்துக்கொள்ளாமல், சமாளித்தான் சின்னி.

"தண்ணி இல்லேன்னு எவ சொன்னது? இருக்கு..."

பொன்னுக்குத் தன்னைப் பற்றிச் சொல்ல நிறைய இருந்தது. விசனம். யார் வாழ்க்கையில் விசனம் இல்லை?

"கெழவன் ரொம்ப சந்தேகப்படறான். சும்மா சும்மா படுத்துக்கிறான். ஒண்ணும் பண்ண தில்லு இல்லை. சும்மாதான். சரி, ஆசைப்படறான்னு சம்மதிச்சா, மடியை உதறச் சொல்றான். அவன் ஆஸ்திபாஸ்தியை நான் திருடறேன்னு நினைக்கிறான்"

பொன்னு முகத்தை மூடிக்கொண்டு அழுதாள்.

"எதுக்கு அங்க வேலை பார்க்கிறே... வந்துடேன்..."

"எவனாவது நல்லவன் கிடைச்சான்னா வந்துடலாம். சோறு போடணும், துணி எடுத்துக் கொடுக்கணும்னுகூட இல்லை. அதை நான் உழைச்சு சம்பாதிச்சுக்குவேன். அடிக்காம, உதைக்காமே வச்சிக்கிற ஆம்பிளை எவன் கிடைக்கான்?"

சின்னி பதில் பேசாமல் இருந்தான்.

"எல்லாம் என் தலை எழுத்து"

வீடு திரும்பிய பிறகும் பொன்னு சொன்னது பற்றியே யோசித்துக்கொண்டிருந்தான் சின்னி. இஞ்சின் கொட்டாய்க்கு ஏழெட்டு முறைக்கு மேல் போய் வந்து இருந்தான் சின்னி. பொன்னுக்கு இதை யார் சொல்லி இருக்கக் கூடும்?

கத்தியைக் கோழியின் கழுத்தில் வைத்ததும், "க்வக்" என்று சத்தத்துடன் உயிரை விட்டது. அது கொதிக்கும் நீரில் அதை முக்கி எடுத்து சின்னியிடம் தூக்கிப் போட்டாள் அக்கா. சின்னி, இறகை உரிக்கத் தொடங்கினான்.

"எக்கா..."

"இன்னாடி"

"நான் சொன்னேன்ல... எங்க பெரியப்பா பொண்ணு, முதலியார் பேட்டையில இருக்காளே, புள்ளைக்கு மொட்டை போட்டான்னு போயி வந்தேன்ல..."

"ஆமாம் சொல்லு..."

"அந்தக் கொழந்தைக்கு சீர் பண்ணனும்னு சொல்றாங்கக்கா... தாய் வூட்டு சனம் வெறும் கையை வீசிட்டு வந்ததுன்னு அந்த அக்காவை வையறாங்களாம். ஏசறாங்களாம்"

"ஆமாண்டி, மொறைதானே? அக்கா புள்ளைக்குச் சீர் பண்றது வழக்கம்தானே? ஒரு கிராம்ல மோதிரம் பண்ணிப் போடேன்."

"மெல்லிசா இருக்குங்க்கா... போடறதே போடறோம். பேர் சொல்றா மாதிரி, நல்லாவே செய்துடலாங்க்கா..."

அக்கா, சின்னியின் முகத்தைக் கூர்ந்து பார்த்தாள்.

"உன் மனசு அப்பிடிடி... ஊட்டை வுட்டு ஓடிவந்த பொடிசு நீ. செத்தியா இருக்கியான்னு எந்த அக்காவும் தேடலை. மச்சானும் தேடலை. அவங்க கொழந்தைக்கு மொத்தமா நகை அடிச்சுப் போடணும்கிறே... செய்யி... உன் சம்பளப் பணம் இதுக்குத்தான் சேத்து வெச்சிருக்கியாக்கும். தர்றேன். எவ்ளோனாலும் வாங்கிக்கோ..."

"அக்காவையும் குழந்தையையும் கடைக்கு இட்டுக்கிட்டுப் போயி அளவு பார்த்து வாங்கித் தர்றேங்க்கா..."

“செய்யி... மகராஜியா இருப்பே, போ...”

அக்கா கொடுத்த பணத்தில், பாண்டியனின் விரலுக்கு ஏற்ப மோதிரம் வாங்கினான் சின்னி. “பி” என்னும் ஆங்கில எழுத்து போட்டது.

“அட... கரீட்டா இருக்கேடி. என் விரல் அளவு எப்படித் தெரிஞ்சுது உனக்கு?”

ஒரு கண்ணைச் சிமிட்டிச் சிரித்தான் சின்னி. திரும்பி வரும்போது மனம் முழுக்கச் சந்தோஷத்தை நிரப்பிக்கொண்டு திரும்பினான் அவன்.

மழைக்காலம் வந்தது. தொடர்ந்து மழை விட்டு விட்டும் பலத்தும், அவ்வப்போது தூறியபடியும் இருந்தது. தெரு மண் குழைந்து சேறும் சகதியுமாக உழப்பட்ட நிலம்போலக் கண்டது.

கத்திக்கொண்டு திரிந்த காக்கைகள் தட்டுப்படவில்லை. அமாவாசைக்குச் சோறு வைத்துக் கத்திக் கத்திக் கூப்பிட்டாலும் ஏன் என்று கேட்க, ஒரு காக்கையும் வராதது, அக்காவுக்கு மனச் சங்கடம்தான்.

துவைத்துப் போட முடியாமல், அழுக்குத்துணியைக் கட்டிக்கொண்டு திரிவது கஷ்டமாக இருந்தது. விடிந்ததும், இருட்டிக்கொண்டிருந்தது வானம். சாயங்காலங்களில், சீக்கிரமாக இருண்டு இரவு நீண்டு போயிருந்தது.

இட்லிக் கடை வியாபாரம் எப்போதையும்விட அதிகமாகச் சூடு பிடித்தது. காட்டுப்பாக்கத்து வாய்க்காலில், தண்ணீர் சிவந்து வண்டலாக ஓடியது. கெண்டைகள் நிறையக் கிடைத்தன. மதியமும் இரவும், மீனும், கருவாடுமாகப் பொங்கினாள் அக்கா. சின்னி சோர்ந்து போனான்.

பாண்டி, கொஞ்ச காலமாக அவன் கண்களில் தட்டுப்படக் காணோம். அவனுடன் கடைக்கு வருகிற வரதுு, பாண்டி வேலைத் தேடிப் பம்பாய்க்குப் போனதாகச் சொன்னான். வருமானம் என்றும் சொன்னான். வில்லியனூரில் ஏதோ திருடும்போது பிடிபட்டு உள்ளே போனதாகச் சில பேர் சொன்னார்கள்.

அக்காவோ, “அவனை என்னத்துக்கு விசாரிக்கிறே? அவன் என்னா குடித்தனக்காரனா? பொறம்போக்கு. இங்க இருப்பான், அங்க இருப்பான்” என்றாள்.

மழைவிட்டது. திருடனைப்போலச் சூரியன் தலை காட்டியது. மண் தரையில் புழுக்கள் தோன்றி நெளிந்தன. வீட்டுக்குப் பின்னால் இருந்த குளத்திலிருந்து தண்ணீர் பாம்புகள் வீட்டுக்குள் புகுந்ததைக் கண்டு, சின்னி பிடித்துத் தண்ணீரில் எறிந்தான். இரவு நிலவு வெளிப்பட்டது. மழைக்குப் பிறகு வந்த நிலவு, புது வேஷ்டி கட்டிக்கொண்டு வந்தாற்போலப் பளிச்சிட்டது.

இன்ஜின் கொட்டகையில் படுத்துக் கிடந்தான் சின்னி. மல்லாக்க வானத்தைப் பார்த்துக்கொண்டிருந்தான்.

பொங்கலுக்குப் புதுக் கைலியும், சட்டையும் எடுத்துக் கொடுத்தாள் அக்கா. சின்னப் பூக்களும், அவை மேல் பட்டாம்பூச்சியும் பறக்கும் கலர் சொக்காய். ரோஜாப் பூவாய்ச் சிவக்கும் சொக்காய்.

கண்ணாடி முன் நின்று பார்த்தான். அக்கா பின்னால் இருந்து, “கண்ணு பட்டுடும்போல இருக்குடி... அழ்ழ்கா இருக்கே... ஆனா முன்ன மாதிரி நீ இல்ல, சின்னி. எங்கயோ வெறிக்க வெறிக்க பார்த்துக்கிட்டு, சரியா சாப்பிடாமே, உடம்பு மெலிஞ்சி போச்சு... மனசுக்குள்ள என்னத்தை வச்சிருக்கியோ தெரியல்லை” என்று சொல்லி, அவன் தலையைத் தன் கைகளால் வழித்து, கண்ணேறு கழித்தாள்.

பொங்கல் நன்றாக வந்திருந்தது. நிறைய வெல்லம் போட்டு, நெய் மினுங்க, திராட்சை முந்திரிகளோடு, சின்னிதான் பண்ணியிருந்தான்.

“லட்டு மாதிரி இருக்குடி” என்றாள் அக்கா.

எதிர் வீட்டுக்கும், நெருங்கின சொந்தக்கார வீடுகளுக்கும் பொங்கலும் வடையும் எடுத்துக்கொண்டு போய்க் கொடுக்கும் வேலை இந்த வருஷமும் சின்னிக்குத்தான் வாய்த்தது. இதைச் சந்தோஷமாகவே செய்வான் சின்னி. ஆனால், சந்தோஷம் எல்லாம் போன வருஷம் வரைக்கும்தான்.

இப்போது, மனம் கனத்துக்கொண்டிருந்தது.

புதுச் சொக்காய் போட்டுக்கொண்டு, தலை குளித்த ஈரம் போகாது பறக்கும் தலைமுடியுடன், பலகாரங்களை எடுத்துக்கொண்டு சொந்த பந்த வீடுகளுக்குப் போவதுதான் எத்தனை சந்தோஷம்? தெருவில் பார்ப்பவர்கள் “அட சின்னி சொக்காய் ஷோக்கா இருக்கே” என்று சொல்வதும், “இது எங்க

அக்கா, டவுன்ல போயி வாங்கி வந்துச்சி" என்பதும் எத்தனை சுகம்.

மனம் அடைத்துக்கொண்டது. இந்தப் பாவி பாண்டி எங்குத் தொலைந்து போனான்? சின்னி, மோதிரம் போட்ட அந்த நாள் ஞாபகத்தில் இருந்தது. எந்த நாள்தான் ஞாபகத்தில் இல்லை.

மோதிரம் போட்ட விரலைத் திருப்பித் திருப்பிப் பார்த்துக்கொண்டான். சின்னி அந்த மோதிர விரலைத் தன் வாயில் வைத்துக் கடித்தான். "உஸ், விடுடி.... வலிக்குது" என்றான் பாண்டி. பொய்யாகத்தான். அவனும், இவனைப் பார்த்துச் சிரித்தான். மீசை, சின்ன தாடி, கண், கண்ணுக்குள் இருக்கும் பாப்பா எல்லாம் சிரித்தன.

பொங்கல் வடைத் தட்டைப் பின்னல் துணியால் மூடி, ஜாக்கிரதையாக நடந்தான் சின்னி. பொன்னுவுக்குத்தானே நேராகப் போய்க் கொடுக்க வேணும் என்கிற ஆசை துடித்தது. அலைந்து திரிந்து, தேர் நிலைக்குத் திரும்புவதுபோல, மீண்டும் கோனார் வீட்டுக்கே திரும்பி இருந்தான். இவனைக் கண்டதும் சந்தோஷத்துடன் வரவேற்றாள். கூடத்தில் பாயை விரித்து உட்கார வைத்தாள்

"கோனாரு இல்லையா?" என்று சந்தேகத்துடன் கேட்டான் சின்னி.

"மவ ஊருக்குப் போயிருக்கு அந்த ஆளு..." என்றாள் பொன்னு.

திடுமென எங்குதான் போயிருந்தாள் பொன்னு. கூனி மேட்டில் ஒரு வீட்டில் வேலைக்குப் போனாளாம் பொன்னு. அந்த வீட்டு ஆள் நல்ல மாதிரிதான் இருந்தான். வெளிநாட்டுக்குப் போய் வந்தவனாம். மஞ்சள், சிவப்பு, நீலம் என்று ஜிகினா டாலடிக்கும் சட்டையெல்லாம் போட்டிருந்தான்.

சாப்பாடு போட்டு மாசம் ஐநூறு ரூபாய் சம்பளம் தருவதாகச் சொன்னான். வருஷத்துக்கு ரெண்டு புடவை, முதல் நாளே வெளிநாட்டுப் புடவை தந்தான்.

பொன்னு புடவையைக்கொண்டு வந்து காட்டினாள். கருநீலப் புடவை, பார்டரில் சரிகை. நன்றாகவே இருந்தது.

அப்புறம், அந்த வீட்டு அம்மா சுத்த மோசம். இவளின் ஒவ்வோர் அசைவையும் வேவு பார்த்தாள். தப்பித் தவறிக்கூட

பொன்னு புருஷனிடம் பேசுவதை அவள் கறாராகத் தவிர்த்தாள்.

அசடு மாதிரி – மாதிரி என்ன அசடாகவே ஒரு பையன் அந்த வீட்டில் இருந்தான். அது நல்லதுதான். இல்லாது போனால், அவன் இம்சை செய்யக் கூடும். பிரச்சினை வேறு மாதிரியானது.

அம்மாள் தூங்கத் தொடங்கினால் இடி வந்து வீட்டின் மேல் விழுந்தாலும் விழிக்கமாட்டாள். அது எஜமானுக்குச் சௌகர்யமாக இருந்தது.

ஆம்பிளை ஆசைப்பட்டுக் கூப்பிட்டால் என்ன பண்ண? ஆகவே, சம்மதித்தாளாம்.

அது விஷயம் அல்ல. அவன் விபரீதமான ஆசைகள் கொண்டவனாக இருந்தான். எல்லோர்க்கும் ஒரு வழி என்றால், அவனுக்கு வேறு வழி. வலி முடியாமல் வந்து விட்டாள். கோனார் நல்ல மனுஷர். சேர்த்துக்கொண்டார்.

பொங்கலைச் சாப்பிட்டாள். பிரமாதம் என்றாள். பொன்னுவுக்குச் சின்னியிடம் தன் சுதாரிப்பைச் சொல்லிக்கொள்ள நிறைய விஷயங்கள் இருந்தன. வெள்ளிக் கொலுசு வாங்கி இருந்தாள். அதையும், அவள் சேமிப்புகளை டிரங்க் பெட்டியைக்கொண்டு வந்து அவன் முன் வைத்துக் காண்பித்தாள்.

மூன்று ஷிப்பான் சேலைகள், ஜாக்கெட்டுகள், கச்சிதமான பிரா, மேட்ச்சான காதணிகள், எல்லாம் காட்டினாள். சின்ன வெல்வெட் நகைப் பெட்டியை எடுத்து, ஒரு மோதிரத்தை எடுத்து விரலில் மாட்டிக் காட்டினாள் சின்னியிடம். பெரிய அளவு மோதிரமான அதில் நூல் சுற்றி இருந்தது. "பி" என்று ஆங்கில எழுத்து.

"இது ஏது?"

"நான் வாங்கினேன்" என்றாள் பொன்னு.

சோர்ந்து படுத்திருந்தான் சின்னி. அக்கா, "என்னடி உடம்புக்கு?" என்றாள். "ஜுரம் அடிக்குது" என்றான் சின்னி.

"பொங்கலும் அதுவுமாவா? சரி... தூங்கு... ராத்திரி பூரா வீடு ஒழிச்சு, பெருக்கி, கழுவி, ராத்திரி நேரமும் பார்க்காமே தலை குளிச்சே, சரியா ஈரம் போகத் தொடைச்சி இருக்கமாட்டே. அதான்!"

ஒருக்களித்துப் படுத்திருந்த சின்னி கண்களில் கண்ணீர் வழிந்தது. தலையணையை நனைத்தது. இருட்டும்வரை புரண்டுகொண்டிருந்தான். தலையைக் குடைந்தது. எழுந்து உட்கார்ந்தான்.

"எக்கா..."

அக்கா இல்லை. வெளியே போயிருந்தாள். அப்படியே உட்கார்ந்தான். எழுந்து, அடுப்படிப் பாத்திரத்தைத் திறந்து பார்த்தான். பொங்கல் கொஞ்சம்போல் இருந்தது. எடுத்து போனியில் வைத்தான். கூரை மாடத்தில் எலி பாஷாணம் இருந்தது. எடுத்துக் கொட்டி பிசைந்தான். பாயில் அமர்ந்தான். உருட்டி உருட்டி வாயில் போட்டுக்கொண்டு விழுங்கினான். படுத்துக்கொண்டான்.

ஏதோ பாத்திரம் உருட்டும் சத்தம்.

எலியாக இருக்கும்.

சின்னி சிரித்தான். முடியவில்லை.

2001

சுகி

ரங்கு கச்சேரிக்குப் புறப்பட்டுக்கொண்டிருந்தான். அறைக்குள் அவன் பயணத்துக்கான முஸ்தீபில் இருந்ததை அங்கிருந்து வெளிப்பட்ட சத்தம் உணர்த்தியது. சத்தங்கள் மனிதர்களை அறிவிக்கும் மணியோசை. பெட்டிக்குள் கட்டாயம் வேஷ்டி, சட்டைகள் எடுத்து வைத்துக் கொள்கிறானோ இல்லையோ, பெட்டியை அத்தர், புனுகு, ஜவ்வாது, வெளிநாட்டு "ஸ்பிரே" வகைகள் இந்நேரம் அடைத்துக்கொண்டிருக்கும். வாசனை! ரங்குவை வரையச் சொன்னால், ப்ரீதி இப்படித்தான் வரைவாள்.

ஒரு வட்டம், தலை, இருபுறமும் காதுகள். குச்சி குட்டி உடம்பு, பட்டு டாலடிக்கும் ஜிப்பா, பட்டு வேஷ்டி, புடவைக்கு ஈடு கொடுக்கிற ஜாக்கெட் பிட்டுக்கு ப்ரீதி அலைகிற அலைச்சலுக்குக் கொஞ்சமும் குறையாத அலைச்சல், ரங்கு கடை கடையாக ஏறி இறங்கி, சட்டையின் சந்தன நிறத்துக்கு ஏற்ற வேஷ்டியைத் தேர்ந்தெடுக்க அரை நாளைச் செலவழித்ததைக்கூடவே இருந்து பார்த்தவள் ப்ரீதி. ஆகையால் ஒரு நிறத்தில் சட்டை வரைந்து வேஷ்டி வரைந்து அவற்றில் இருந்து ஆவி ரூபமாக "வாசனை" புறப்படுவதாக அவள் படம் வரைவாள்.

தஞ்சாவூருக்குப் போகிறேன் என்று நேற்று ராத்திரி அவன் சொன்னான். அனுமார்கோயில் உற்சவம் என்றான். ஆண்டு தோறும் ரங்கு கச்சேரி இல்லாமல் அனுமார் கோயில் உற்சவம் நடக்காதே ஒரு தகவலாகத்தான் இதைச் சொல்லியிருந்தானே தவிர "வருகிறாயா" என்று கேட்கவில்லைதான்.

இவளும் நான் வருகிறேன் என்று சொல்லவில்லை. மனம் ஏதோ கல்லாகிக்கொண்டிருக்கும் வஸ்து மாதிரி இருக்கிறது. தனக்கு என்று எண்ணிக்கொண்டாள் ப்ரீதி. இரண்டு வருஷத்துக்கு முன்னால் என்றால் ப்ரீதி வாய்விட்டுக் கேட்டிருப்பாள். அதிகாரத்துடன் இப்படிச் சொல்லியிருப்பாள்.

“சரி, திருச்சி பாஸஞ்சரில் ரெண்டு ஃபர்ஸ்ட் கிளாஸ் எடுத்துடு. என்ன? ஏ. ஸி. வேணாம். உள்ளே நுழைந்ததுமே தொண்டை கட்டிக்கிடறது சாமி.”

அப்போதெல்லாம் ரங்கு சுலபமானவனாக இருந்தான். மேஜை மேல் இருக்கிற பேப்பர் வெயிட் மாதிரி. எப்போதும் எடுத்து உள்ளங்கையில் வைத்துக்கொள்ளலாம். “சில்” உள்ளங்கையில், மயிலிறகு ஐஸ் கட்டியில் தோய்த்து உருகுவதுபோல இருக்கும் பேப்பர் வெயிட். அப்போதெல்லாம் வேறு ஊருக்குக் கச்சேரிக்கு என்று அவன் புறப்படுகிறபோதெல்லாம், முந்தின நாள் இரவு, இருவருமே அமர்ந்து கச்சேரியில் என்ன என்ன பாடுவது என்று தீர்மானம் செய்வார்கள். ரங்கு ஒரு பேப்பரையும் பால் பாயிண்ட் பேனாவையும் எடுத்துக்கொண்டு அமர்வான். வாய் நிறைய வெற்றிலை அடைத்துக்கொண்டிருக்கும்.

“ம்... ழொல்லு” என்பான் அண்ணாந்துகொண்டு ரங்கு, தலையணையில் முழங்கையை ஊன்றிக்கொண்டு அவள் சொல்வாள்...

“பாம்பணையின் மேல் பள்ளி கொள்ளும் சேலை கட்டிய ரங்கநாதர் நீ...” என்பான் ரங்கு.

“ப்ச்... எழுதுமேன்” என்பாள், அவள் கட்டளை இடும் தோரணையில்.

“ஏதாவது ஒரு வர்ணம்... அது உம்ம சாய்ஸ்... சதஸைக் கவனியும். என்ன பாடினால் நிறக்கும்னு நீரே முடிவெடும். சில கீர்த்தனைகள் அப்புறம்... எந்தோர மகானுபாவுலு கட்டாயம். தஞ்சாவூர் பெரிய ஞானவான்கள் இருக்கிற இடம். இது எடுபடும். அப்புறம் விரிவான ஆலாபனை... என்ன பாடறீர்? போன வருஷம் என்ன பாடினது. காம்போதின்னா. அப்படின்னா இந்த வருஷம் சங்கராபரணம். நிரவல், கல்பனா ஸ்வரம் என்று ஒன்றிரண்டு. கட்டாயம் ராகம் தானம் பல்லவி... இந்த வாட்டி கல்யாணியை எடுத்துக்குங்கோ... லயத்தில் தனி. அப்புறம் இருக்கவே இருக்கு ஜாவளி பதங்கள், க்ஷேத்ரக்ஞரை எடுத்துக்கும். வெற்றிலை போட்டுச் சிவந்த வாய் மாதிரி நிறக்க இருக்கும்.

தில்லானா. என்ன எடுத்துக்கப் போறீர்? லால்குடிதான் எமன் மாதிரி நிறைய பண்ணி வெச்சிருக்கே அழகழகாக. ஒண்ணை எடுத்துக்கிறது. ராகமாலிகாவில் ராமலிங்கசாமி கட்டாயம் இருக்கோணும். மனசோட ஈரத்தைத் தொடற வார்த்தைகளாச்சுதே ராமலிங்கசாமி. அப்புறம் திருப்புகழ் கச்சேரின்னா இத்தனையும் இருக்கணும். எப்படி இருக்கு ரங்கு?

"கைதட்டல் சத்தம் இப்பவே காதிலே விழறது" என்பான் ரங்கு. அவனுக்கு ப்ரீதி ஒரு பெருமை. அவள் சங்கீத ரசனை ஒரு பெருமை. அவளுடைய லௌகீகம் ஒரு பெருமை. அவளது பிரகாசம் ஒரு பெருமை.

சமையலை முடித்துவிட்டு வெளியே வந்தாள் ப்ரீதி. இரண்டு பெரிய பிரீஃப்கேஸ்கள் ஹாலில் இருந்தன. ரங்கு வெளிப்பட்டான். ஜீன்ஸும் தொளதொள என்று பனியன் ஷர்ட்டும் அணிந்திருந்தான். இதுவும் ப்ரீதி அவனுக்குக் கற்றுக் கொடுத்ததுதான். கச்சேரி மேடைக்குப் போகும்போது மட்டும் வேஷ்டி, ஜிப்பா அணிந்துகொண்டால்போதுமே. ரங்குவும் அதை ஏற்றுக்கொண்டான்.

சங்கீதத்தில் என்று மட்டுமல்ல... எல்லாவற்றிலும் அவன், அவள் சிஷ்யன். ரங்கு அப்போதெல்லாம் சொல்வான்...

"பரீதி... குருகுலத்திலே இருக்கிற மாதிரி இருக்கேன் தெரியுமோ..."

"நல்லதுதானே... அப்படியே இரு ரங்கு. அது உனக்கு நல்லது. ஆனா நீ ஒரு காரியம் செய்யணுமே..."

"என்ன சொல்லு."

"குருகுலம்னா சிஷ்யாளெல்லாம் குருவோட வேஷ்டிகளைத் தோய்ச்சுப் போடுவாளாமே. இங்க நான் குருன்னு நீ ஒப்புக்கிட்டேயானா, என் புடவைகளையும் நீ தோய்ச்சுப் போடணுமே?"

"கொடு... இப்பவே தோய்ச்சுடறேனே..." என்றபடி அவன் துரத்த அவள் "ஐயோடியம்மா" என்று ஓட, ஒரே ரகளை.

சிரித்துக்கொண்டாள் ப்ரீதி. "என்ன சிரிப்பு -- நான் புறப்படறேன் ப்ரீதி" என்றான் ரங்கு.

"சுகமா போய்வா... நல்லா பாடி ஜனங்களை ஜெயிச்சுட்டு வா."

அவன் புறப்பட்டான். சிஷ்யர்கள் வேறு எதற்காக இருக்கிறார்கள். சபேசன் பாய்ந்து பெட்டிகளைத் தூக்கிக்கொண்டு குருவைப் பின் தொடர்ந்தான். வாசல் கதவு வரைக்கும் அவள் வந்து நின்றாள். புதிதாக வாங்கி இருக்கும் கார், "கில்ட்" செயினைப்போல ஆபாசமாகப் பளபளத்துக்கொண்டிருந்தது. டிரைவர் கார் கதவை மிகவும் மென்மையாகச் சாத்துவதிலேயே தன் மரியாதையை வழியவிட்டார். அவன் கையை அசைத்து விடை பெற்றான்.

திரும்பி உள்ளே வந்த ப்ரீதி இரவுக் குளியலை வழக்கம்போல் முடித்துக்கொண்டாள். தலையில் உள்ள ஈரத்தைத் துடைத்து எடுத்தவள், ஜன்னல் வழி வந்த காற்றை, அதன் ஈரத்தை அனுபவித்தாள். அவளுக்குப் பாட்டு கேட்க வேண்டும்போல இருந்தது. வரதுவின் காஸெட்டுதான், அவளுக்கு என்னமோ பாட்டு கேட்க வேணும் என்று தோன்றுகிறபோதெல்லாம் வரது காஸெட்டுதான் அவள் கைக்கு வந்தது. எடுத்துப் போட்டாள்.

மாதுளம் பழத்தைப் பிட்டுக்கொண்டு கசிவதைப்போல ஸ்ருதி இழைந்தது. வரது கூட்டுக்குள்ளிருக்கும் குருவி! தலையை மட்டும் காட்டி வானத்தை அளப்பதுபோல பாடத் தொடங்கி இருந்தான். அவள் வேறெதும் செய்யத் தோன்றாமல் நாற்காலியை இழுத்துப் போட்டுக்கொண்டு அமர்ந்தாள். ரிக்கார்ட் பிளேயரின் சிவப்பு கோடுகள் அதிர அதிர... போவதையும் வருவதையும் பார்த்தவாறு சங்கீதத்தில் தன்னைக் கரைத்துக்கொண்டாள். உருண்டு உருண்டு ஒரு மாம்பழம்போல் வந்துகொண்டிருந்தது வராளி... அதற்கு என்றே அமைந்திருக்கிற ஜோடனைகளோடு. ப்ரீதி தலையை உதறிக்கொண்டாள். இழை இழையான பட்டுத் துணி காற்றில் பறக்கிறது. வைர ஜரிகைகள், வாரிக் கொட்டி வைத்த நட்சத்திரங்கள்போல மின்னிக்கொண்டிருக்கின்றன.

ஓடையில் ஓடும் நீரின் சலசல ஓசை... கூழாங்கற்களைப் புரட்டிக்கொண்டு ஓடிக்கொண்டிருந்தது, வரதுவின் வராளி.

ப்ரீதி திடுமென வீட்டுக்கூடத்தில் சம்மணம் போட்டுக்கொண்டு அமர்ந்திருந்தாள். பக்கத்தில் ஊர்மிளா சக மாணவி. சக மாணவன் வரது. ஒல்லிக் கொத்தவரை. அம்மா அப்படித்தான் சொல்வாள். அம்மாவின் சிஷ்யன்தான் வரது. சிவப்பு பச்சை என்று கரை போட்ட வேஷ்டியோடு, நெளி நெளியான கிராப்புடன் வருவான் வரது. வெண்ணாற்றங்கரையிலிருந்து ஒரு பழைய டப்பா போன்ற சைக்கிளில் வந்து இறங்குவான். அதன் கேரியரில் சின்ன சோப்பு டப்பா மாதிரியான டிபன்

பிரபஞ்சன் | 107

பாக்ஸ் இருக்கும். "இங்கேயே சாப்பிட்டுக்கோயேண்டா வரது. உன் நாலு கவளச் சாதத்துக்கு, நான் ஓஞ்சிபோயிடப்போறேனா பையா" என்பாள் அம்மா.

"இருக்கட்டும் மாமி. நான் ஜீவிக்கிறதே உங்க பிச்சையில்தானே!" என்பான் வரது. வாய் வார்த்தை கல்கண்டு! காலையில் வந்தவன், மாலை இருட்டும் வரைக்கும் வீட்டிலேயே இருப்பான். அம்மா டியூஷனை முடித்துக்கொண்டால் அதற்கப்புறம் அவன் அம்மாவுக்குப் பணியாளன்.

"நாடார் கடைக்குப் போயி நெத்தா ஒரு தேங்கா வாங்கிட்டு வர்றியாடா வரது?" என்பாள் அம்மா. வரது கடைக்குப் போய்க்கொண்டிருப்பான். கடுகு, சீரகம், கறுப்புப் புளி, எது தேவைப்பட்டாலும் அம்மா, வரதுவை ஏவல் கொள்வாள். பெண் குழந்தையை இதற்கெல்லாம் ஏவல் செய்யக்கூடாது என்பாள் அம்மா.

"ஏன், நான் போனால் என்ன?" என்பாள் ப்ரீதி.

"எவனாவது சிறை எடுத்துண்டு போயிட்டா என்ன பண்றதுன்னு மாமி பயப்படறா: என்பான் வரது.

"ஊரே கெட்டுக் கிடக்கிறது" அவனுக்குப் பின் பாட்டுப் பாடுவாள் அம்மா.

"சீ போடா" என்பாள் ப்ரீதி.

சிறை எடுக்கிறது என்றால் என்ன? என்னத்துக்குச் சிறை எடுக்கிறார்கள் என்றெல்லாம் புரியாத வயசுதான்.

அம்மா ஒருமுறை வரதுவும் ப்ரீதியும் இருக்கிறபோது சொன்னாள்...

"அது ஒரு காலம்டி... உன் அப்பா நரசிம்ம அவதாரம்னா, சரி அப்படி ஒரு கோபம். ஞானசூன்யம்னா, அப்படி ஒரு சூன்யம். ஒருநாள் என்னத்தையோ அம்மியிலே போட்டு அரைச்சுக்கிட்டு இருந்தேன். இந்த மனுஷன் எங்கேயோ வெளியே போயிருந்தார். வீட்டில் யாரும் இல்லைங்கற சுவாதீனத்தோடு நான் வாய் திறந்து பாடிக்கிட்டு இருந்தேன். இப்பவும் நல்லா ஞாபகத்துல இருக்கு. தேகே தோடியிலே ஒரு கீர்த்தனை. அன்னிக்கு இருந்த மனோபாவத்துல அது தோணுச்சு. "ரூகலு பதிலவேலுன்ன சோரரு" – நானா மாலை மாலையா அழுதுண்டே பாடிக்கிட்டு இருக்கேன். அய்யாவாளும் அப்படித்தானே பாடியிருப்பார்.

“ஓ, மனசே, பதினாயிரம் ரூபாய் இருந்தாலும் வயிறு நிரம்புவதற்கு ஒரு கைப்பிடி நொய்போதுமே. ஆயிரம் புடவை இருந்தாலும் ஒன்றைத்தானே கட்டிக்கொள்ள முடியும். ஒருத்தன் ஊராள் பவனாகவே இருக்கட்டுமே. படுக்க மூன்று முழ நீள இடம்போதுமே. பலகாரங்கள் நூறு கிடைத்தாலும் வாய் நிறையும் வரையில்தானே சாப்பிட முடியும். ஆறு நிறைந்து, வெள்ளம் கரை புரண்டு ஓடினாலும் பாத்திரம் அளவுதானே நீரை மொள்ள முடியும்...?”

என்ன காரணத்துக்காக நான் அழுதேன்னு எனக்கு இன்னும் தெரியலை. பாட்டு ருசியே தெரியாத ஒருத்தனண்டை மாட்டிக் கிட்டேனே, அதை நினைச்சு அழுதேனா? ஒரு பூவை ரசிக்கத் தெரியாத மூடன், புல் மெத்தையை மிதிக்கிறமேன்னு மனசு குறுகுறுக்காத ஜடம், இதுங்கிட்டே நாம் வந்து வாழும்படி பண்ணிட்டாளேன்னு அழுதேன்போல. இப்பத் தோண்றது ஏதோ காத்தடிச்சு ஜன்னல் கதவுகள் படார்னு அடித்து நம்மைத் திகைக்க வைக்குமே, அது மாதிரி ஒரு சத்தம். எதிரே இவள் அப்பன் நிக்கறான். கண்ணிலே, ஒவ்வொண்ணிலேயும் ஒரு படி நெருப்பு. அசூயை அந்த நாய் என்னைப் பார்த்துச் சத்தம் போடறது.

“என்னடி பாடினாயா?”

“ஆமாம்”

“இப்போ தனியா பாடுவே. அப்புறம் நாலு பேருக்கு முன்னாலே பாடுவே. அப்புறம் ஆடணும்னு ஆசை வரும். தேவடியாள் மாதிரி ஊருக்கு ஊர் கிளம்பிடுவே. டக்கு முக்கு தாளத்தைத் தூக்கிண்டு, அதுக்குத்தானே ஒத்திகை செஞ்சாறது?”

நான் அரைச்சதை வழிச்சு விட்டுண்டு சொன்னேன்.

“தேவடியாத்தனம் பண்ணனும்னா, பாடியும் ஆடியும் தானா பண்ணனும். – இப்பவே, தெருவில் சித்தே கொஞ்சம் இறக்கி விட்டுண்டு நின்னா வரிசை வரிசையா வரமாட்டானா என்ன? எல்லா ஆம்பிளைகளும் உங்களை மாதிரியா இருப்பா, கையாலே ஆகாம?”

அந்த ஆள் பேய் மாதிரி குதித்தான்... வானத்துக்கும் பூமிக்கும் சாமி வந்தது மாதிரி. அடிக்க வந்தான்.

“தொட்டியானா தெரியும் சங்கதி. பல் இருக்காதுன்னுட்டேன்”

அதோடு ஒழிஞ்சது சனியன். அப்புறம் சங்கீதம்தான் தொழிலாச்சு. ஜட்ஜ் வீட்டுக் குட்டிகள், பெரிய பெரிய வீட்டுப் பெண்கள், பெருமைக்குச் சங்கீதம் சொல்லிக்கிறவர்கள், பிழைப்புக்குச் சொல்லிக்கிறவர்கள்னு ரெண்டு ஜாதிக்கும் நான்தான் குரு. ஏதோ எனக்குத் தெரிஞ்சதைக் கொடுத்து உப்பு, மிளகாய், பருப்பு வாங்கிப் பிழைப்பைத் தள்ளறேன் வரது. எனக்கென்னவோ என் பேரை நீதான் முழக்குவேன்னு தோண்றது. பாப்பம். பகவானை வேண்டிக்கோ...”

அம்மா வரதுவை எதிர்பார்த்தாள். ப்ரீதி வரதுவை நேசித்துக்கொண்டிருந்தாள்.

வராளி ஒரு மைனா குருவியைப்போலத் தத்தித் தத்தி நடந்து பறந்து ஒரு வழியாக முடிந்தது. என்னவோ, ப்ரீதிக்கு பாட வேண்டும்போல இருந்தது. பாடித்தான் எத்தனை நாள் ஆச்சு? கதவு ஜன்னலை எல்லாம் அடைத்தாள். வெளிக்கதவைத் தாழ்ப்பாள் போட்டாள். கூடத்து ஹால் மற்றும் சமையல் உள் விளக்கு அனைத்தையும் அணைத்தாள். படுக்கை அறைக்குள் நுழைந்து விடி விளக்கை மட்டும் போட்டாள். என்னவோ நினைத்துக்கொண்டு அதையும் அணைத்தாள். ஒரு மெழுகை மட்டும் எடுத்து தீ மூட்டினாள். அம்மா வைத்துக் கொள்ளும் குங்குமப் பொட்டைப்போல அது சுடர் விட்டது. தம்புராவை எடுத்துக்கொண்டு அமர்ந்தாள்.

தம்புராவை மீட்டும் வரைக்கும் என்ன பாடுவது என்பது அவள் மனசில் இல்லை. மனசு அழிக்கப்பட்ட சிலேட்டைப்போலச் சுத்தமாக இருந்தது. ஸ்ருதியின் ரீங்காரத்திலேயே தன்னைக் கொஞ்சம் கொஞ்சமாகக் கரைத்துக்கொண்டிருந்தவளுக்கு சட்டென்று அட்சரம் புலப்பட்டது. வராளியின் சுவடு. குழந்தையின் தலை வெளிவந்தது. இரத்தச்சேறு, நிணநீர், அருவி, சதசதவென்று புதைச்சேறு. ஓர் ஒற்றைச் செடி. ஒரு தட்டு. உச்சியில் ஒரு உயிர் அல்லது கொழுந்து...

“கன கன ருசிரா– கனக வசன நின்னு...”

வழி புலப்பட்டுவிட்டது. வெட்டவெளி. ஆள் அரவம் அற்ற வெளி. அவள் மட்டும் அவளது பாதச் சுவடுகளைப் பார்த்துக்கொண்டு நடக்கிறாள். தொலைதூரம், ஒரு லட்சம், ஒரு கோடி மைல் தூரங்களை அவள் கடக்கிறாள். அவள் ஒரு முகத்தைக் காண விரும்புகிறாள். ஒரே ஒரு முகம். சிவப்பும்,

பச்சையும் எனக் கரை வேஷ்டி கட்டுகிற அந்த ஒரு மனிதனை நடுவில் வகிடு எடுத்துக்கொண்டு தலை வாருகிற வரதுவை.

ஆச்சரியம். வரது அவன் முன்னால் பிலத்தை உடைத்துக்கொண்டு மண்ணுக்குள்ளே இருந்து தோன்றுகிறான்.

அவன் உடம்பிலே தும்பிக்கை முளைத்திருக்கிறது.

"வரது, எங்கிருந்து வருகிறாய்?"

"எங்குப் போனேனோ, அங்கிருந்துதான் வருகிறேன்"

இருவரும் கைகளைப் பிணைத்துக் கொள்கிறார்கள். கைகள், அப்புறம் உச்சி, நெற்றி, கண் புருவம், கண்மூடி, மூக்குநுனி, இதழ்கள், முகவாய், கழுத்து, மார்பு, வயிறு, தொடைகள், பாதங்கள், எனச் சர்வாங்கமும் இணைகின்றன. பாம்பைப்போல் அவர்கள் முறுக்கிக் கொள்கிறார்கள்.

ப்ரீதி பாடுகிறாள்.

"உன்னைக் காணக் காண, ருசி எனக்குள் அதிகரிக்கிறதடா. தினமும் தினமும் அனுதினமும் உன்னைக் காண வேண்டும் என்கிற தகிப்பு என்னுள் அனல் விட்டு எரிகிறதடா! ஒளியை ஆடையாக அணிந்தவனே! கழுத்தில் அணிவதால் மாலைகளுக்கு மவுசைத் தருகிறவனே, வாசனைகளால் என்னைக் கட்டுகிறாயடா... தினம் தினம் உன்னைக் காண்பதும் எனக்கு ருசியடா..."

வியர்வையால் தெப்பலாக நனைந்து விட்டாள் ப்ரீதி. அவள் பிரமை, அவள் புலன் உச்சியை நோக்கிப் போய்க்கொண்டிருந்தது. அவளுக்கு, எதையும் எல்லாவற்றையும் உடைக்க வேண்டும்போல இருந்தது. குடம் உடைத்துக்கொண்டதுபோல வெறியும் கிளர்ச்சியும் உடம்பு முழுக்கவும் பற்றிப் பரவி எரிந்தது. இரவு ஆடை அந்தத் தீயில் புகையும் என்று அவள் பயந்தாள். அதைக் கழற்றி வீசினாள்.

கொஞ்சம் கொஞ்சமாக அந்தச் சத்தம் அதிகரித்துக்கொண்டே இருந்தது. தட்... தட்... கூடவே அழைப்பு மணி வேறு. கண்ணைச் சிரமப்பட்டுத் திறந்தாள் ப்ரீதி. தான் அறைக்குள் படுத்துக் கிடப்பதை உணர்ந்து கொள்ள அவளுக்கு பல நிமிஷங்கள் பிடித்தன. அப்போதுதான், தான் நிர்வாணத்தில் இருப்பதை அறிந்தாள். இரவு ஆடையை அணிந்துகொண்டாள். அழைப்பு மணி விடாமல் ஒலித்துக்கொண்டே இருந்தது. ஜன்னலைத் திறந்தாள். சூரியன் வெளியே கனன்றுகொண்டு இருந்தது.

ஹாலைக் கடந்து வந்து தெருக்கதவைத் திறந்தாள்.

ஆச்சரியம்... சாதாரண வாழ்க்கையில்தான் எத்தனை எத்தனை?

வெளியே வரது நின்றுகொண்டிருந்தான்.

"என்ன ப்ரீது. தூக்கத்தைக் கலைச்சுட்டேனா, மன்னிச்சுடு"

"உள்ளே வா. ஆச்சரியமா இருக்கு வரது. நேற்று ராத்திரிதான் உன் பாட்டைக் கேட்ட படியே தூங்கிட்டேன். விடிஞ்சா நீ வந்து நிக்கறே"

"பரவாயில்லை... தூக்க மாத்திரைக்குப் பதிலா என் பாட்டா?"

அவள் சிரித்தாள். வரது கையில் சின்னப் பெட்டியுடன் வந்திருந்தான். ஹாலில் சோபாவில் அமர்ந்தார்கள்.

"ரங்கு இன்னும் எழுந்திருக்கலையா?"

"அது தஞ்சாவூர் போயிருக்கு. அனுமார்கோயில் உற்சவம்"

"மறந்துட்டேன். ரங்குவுக்கு அங்கே எவ்வளவு ரசிகர் கூட்டம் ப்ரீது. போன வருஷம் நானும் பாடினேன். ரங்கு ஜெயக்கொடி நாட்டினான். அன்னிக்கு என்னமா பாடினான்? அருமையான பாட்டு. ரொம்ப உசத்தி"

இதுதான் வரது என்று எண்ணிக்கொண்டாள் ப்ரீதி.

"என்னமா ஒரு பாட்டுக்காரனா இருந்துண்டு இன்னொருத்தர் பாட்டை உன்னாலே புகழ முடியறது வரது?"

வரது சிரித்தான்.

"பாட்டுங்கறது என் பிதுரார்ஜித சொத்தா ப்ரீது? அது ஒரு மகாசமுத்திரம். அலைகள் மாதிரி காலத்துல ஒருத்தர் வர்றோம். அரியக்குடி, மகாராஜபுரம், சித்தூர், செம்மங்குடி, டி. என். ஆர். முசிறி, ஜி. என். பி, மதுரை மணி, டைகர், மாலின்னு காலத்துக்கு ஒரு அலை. இப்போ நான், ரங்கு சோமுன்னு இருக்கோம். பையன்கள் நிறைய பேர் வந்திருக்கா. இதிலே யார் உசத்தி, யார் மட்டம்? சங்கீத தேவதையோட தராசுல நான் எங்கே? எங்கே வித்வத் இருக்கோ, அதைப் பாராட்ட வேண்டியதுதானே? கலையைப் பாராட்டாமே இருக்கிறது, ஒரு வகையான அயோக்கியத்தனம் இல்லையா"

ப்ரீதி சிரித்துக்கொண்டாள். இந்த ஞானம் ஏன் ரங்குவிடம் இல்லை. வரது என்று சொன்னாலே ரங்குவின் முகம் விழுந்து விடுகிறதே எதனால்? அசூயை, பொறாமை, பொறாமைக்கு ஒரு அழகான வார்த்தை இருக்கே தமிழில், அழுக்காறு. ஆறுன்னா வழி, நடை, இடம். அழுக்கான இடம். அழுக்காறு.

"ரங்குவுக்கோ ஏனோ உன்னைப் புரிஞ்சுக்க முடியலை வரது!"

"இருக்கட்டுமே. எல்லோரும் எல்லாத்தையும் புரிஞ்சுக்கறோமா? புரிஞ்சுக்கணும்னு என்ன அவசியம்? சரி வா... காபி போடலாம். நான் போட்டு உனக்குத் தர்றேன். குளிச்சிட்டு, சமத்தா, நல்லா சமையல் பண்ணலாம். நானே இன்னிக்குச் சாம்பார், கறி, பண்ணறேன். என்ன? வா, வா, என் சமர்த்துக் குட்டியோ இல்லையோ."

கூந்தலைக்கொண்டை போட்டுக்கொண்டு சமையல் உள்ளுக்கு ஓடினாள்.

மணக்கிற, தொண்டைக் குழிக்குள் கசக்கிற, நெஞ்சுக்குள் இறங்குகிறபோது சுகம் தருகிற, குடித்து அரை மணிக்குப் புறமும் மனசுக்குள் சுகவாசம் ஸ்தாபிக்கிற காபி, வரது போடும் காபி.

ஒரு மிடறு சாப்பிட்டு ப்ரீதி சொன்னாள்...

"பிரம்மா உனக்கு ரெண்டு வரம் தந்திருக்கார் வரது. ஒன்று சங்கீதம். ரெண்டு காபி"

அருந்தி முடித்துவிட்டு அவள் கேட்டாள்...

"வரது, ஏன் நீ கல்யாணம் பண்ணிக்கலை?"

"பண்ணிண்டேன்"

"ஐயோ... யாரை?"

"வராளியை"

அவள் குளித்துவிட்டு வந்தாள். வரது சன்னத் தொண்டையில் பாடிக்கொண்டு சமையல் பண்ணிக்கொண்டிருந்தான்.

"என்ன பண்ணலாம் ப்ரீது?"

"உனக்குப் பிடிச்சது"

"வெங்காயம் போட்டுக் காரக்குழம்பு. கத்தரிக்காய் கறி, என்ன?"

பிரபஞ்சன் | 113

"அருமை. ஆமா, என்ன பாடினே?"

"மாஜானகி..."

"கொஞ்சம் வாயைத் திறந்துதான் பாடேன்"

சமையல்கூடத்துக்குள் ஒரு நாற்காலியைப் போட்டுக்கொண்டு அமர்ந்தாள் ப்ரீதி. ஈரத்தலையில் இருந்து நீர் முதுகையும் மார்பையும் நனைத்துக்கொண்டிருந்தது. துவட்டிக்கொண்டே பாட்டைக் கேட்டாள்.

"மா ஜானகி, செட் பட்டக மஹாராஜ வைதிலி...

எங்கள் ஜானகியின் கரம் பற்றியதால்தானே ராமா நீ மாமன்னனாக, மகாராஜனாக விளங்குகிறாய். இராவண ஹதம் எங்ஙனம் சாத்தியப்பட்டது? எங்கள் ஜானகியின் மணாளன் என்பதால் அல்லவா உன் பலம்?..."

சாப்பிட்டார்கள்.

"சந்தோஷமா இருக்கியா ப்ரீது?"

"இருக்க முடியுமா அப்படி?"

அவன் சிரமப்பட்டுப் பேச்சை மாற்றினான்.

"பேசேன். உனக்கேன் சங்கடம்?"

"என்னவோ முடியலை. ஒரு ஆம்பளையையும் ஒரு பொம்பிளையையும் இணைச்சு வைக்கிறது எது? எந்தக் கயிறு? எந்தப் பந்தம்? அது எப்போ, எதனாலே அறுந்து போறது? ஏன் அறுந்து போகணும்? ஒன்றும் தெரியலை. சம்சாரம் பண்றது ஆச்சரியமா இருக்கு. பண்ணாமே உன்னை மாதிரி தனியா, குஷியா இருக்கிறது தேவைனு படறது"

அவன் அவள் கண்களையே பார்துக்கொண்டிருந்தான்.

"என்ன திடீர்னு வருகை வரது?"

"இன்னிக்கு பத்மா என்னமோ புதுசா அரங்கேற்றம் பண்றாளாம். அவசியம் வரணும் அண்ணான்னு போன் மேலே போன் பண்ணா. எனக்குத்தான் பத்மா மேலே பிரியம், உனக்குத் தெரியுமே. அதனாலே வந்துட்டேன். உன்னையும் பார்க்கணும்னு தோணிச்சு."

"என்னையும் பார்க்கணும்னா?"

அவன் பேசாமல் இருந்துவிட்டுச் சொன்னான்.

"நான் தப்பா சொல்லிட்டேன். உன்னைப் பார்க்கணும்னு தோணிச்சு"

“எனக்கும்தான்”

வரது மாடிக்குத் தூங்கப் போனான். கீழே தன் அறைக்குள் வந்து படுத்துக்கொண்டாள் ப்ரீதி.

இந்த வரதுவை ஏன் ரங்கு பகைக்கிறான்? தொடக்கத்தில் அவன்கூட வரதுவைச் சிலாகிக்கிறவனாகத்தானே இருந்தான். திடும் என்று என்ன கோபம்? ஒருநாள் பேச்சுவாக்கில் அவள் சொன்னாள்.

“இந்தத் தலைமுறைப் பாட்டுக்காரர்களிலே வரதுதான் உசத்தி. பரங்கிமலை, விராலிமலை, கல்வராயன் மலைக்கு மத்தியிலே அவன் இமயம். வராளி ஒன்றுபோதும்... அவன் மேதமையைக்காட்ட... இல்லையா ரங்கு?”

“அது எப்படிச் சொல்ல முடியும்? நீ சொல்றது உண்மையானா, அவன் கச்சேரிக்கு சபாவிலே ஏன் சான்ஸ் தர மறுக்கிறா?”

“சபாக்காரன் ஒண்ணும் சங்கப் பலகை இல்லையே. மகாவித்வான்களை எல்லாம் கேவலப்படுத்துக்கிறவன் இல்லையா, சபாக்காரன். ராஜமாணிக்கத்தோட, கோபால கிருஷ்ணனோட வில்லும் மற்றவாளோட வில்லும் ஒண்ணா? அதுகள் சானவில்லாக்கும். இது சர்க்கஸ். திறமைசாலி வேறே... கலைஞன் வேறே ரங்கு, புரிஞ்சுக்கோ...”

“என் பாட்டைப் பற்றி என்ன சொல்றே?”

“உன் பாட்டு ஜூஸ் டப்பாவிலே “எசன்ஸ்” போட்டு வாசனையா தர்றாளே ஜூஸ் அது”

“வரது பாட்டு...?”

“அது கெட்டி மாம்பழம். ரொம்ப இயற்கையாக பழுத்தது. கொம்பிலே கனிஞ்சது. அணில் கடி படாதது. வெளியே இருந்து உள்ளே போகிற பயணம் அது. அவன் பாட்டு, அழுக்கை எல்லாம் அடிச்சுத் துவைக்கிற பாட்டு”

“நான் போலிங்கறே?”

“இல்லை. உன் சங்கீதத்துல சில்லறைச் சத்தம் கேட்குது. வெள்ளிக் காசோட சத்தம். அவன் பாட்டுல அது இல்லை. ஆத்மார்த்தமா இருக்கு. கோயில் நந்தியாவட்டை மாதிரி அவன் மணக்கிறான்”

“அவன் வாசனைகூட உனக்குத் தெரியறதே?”

விழித்துக்கொண்டாள் ப்ரீதி. இரத்தம். ஊசியால் குத்துகிற வலி. தொடர்ந்து குத்திக்கொண்டே இருந்தான் அவன். இதயத்தின் நடுப்பகுதியில்.

ரயில் அழுக்கைக் கழுவி, சாப்பாட்டு மேஜைக்கு வந்து அமர்ந்தான் ரங்கு.

"கச்சேரி பிரமாதமா வாச்சிடுச்சு. ஒரே அப்ளாஸ் வாரிண்டேன். திருச்சி, மதுரை, ராமநாதபுரம் சபாக்காரன், கல்யாணக் கச்சேரின்னு நிறையப் பேர் அட்வான்ஸ் கொடுக்க வந்துட்டான்."

"அப்படியா?" என்றாள் ப்ரீதி.

"அடையாறுல ஒரு பிளாட் வாங்கலாம்னு இருக்கேன்"

"நமக்குத்தான் இந்த வீடு இருக்கே. அப்புறம் என்னத்துக்கு பிளாட்.?"

"வாடகைக்கு விடுவோம். சொத்தும் சேர்க்கத்தானே வேண்டியிருக்கு."

"வரது வந்திருந்தான்."

"எப்போ?"

"நேத்திக் காலையிலே, ராத்திரிதான் போனான். பத்மா நாட்டியமாம்"

"எப்படி இருக்கான் உருப்படாதவன்?"

"இருக்கான். சந்தோஷமா இருக்கான்"

"நல்லா, ஜாலியா பொழுது போயிருக்குமே?"

"ஆமாம்... ரொம்ப ஜாலியா. வரது என்னைப் பாடச் சொல்லிக் கேட்டான். நானும் ரொம்ப நாளுக்குப் பிறகு பாடினேன். மனம் திறந்து எல்லாத்தையும் கொட்டிட்டேன்."

அவன் எழுந்து கை கழுவிக்கொண்டு மாடிக்குப் போனான்.

அவள் தனிமையில் விடப்பட்டாள். தனிமை பயம் தந்தது. அவளுக்குப் பாட ஆசையாக இருந்தது. வரது இருந்தால் கேட்பான், ரசிப்பான், சுகிப்பான். ஆனால், வரது போய்விட்டானே! சுகிப்பவன் இல்லாமல் என்ன சங்கீதம்? ப்ரீதிக்குக் கோபம் கனன்றது.

1997

தியாகராஜன்

ஆகவே, அந்த அதிகாரியைப் பார்த்துவிடுவது என்று புறப்பட்டார், தியாகராஜன். சரியாகப் பத்தே முக்கால் மணிக்குக் கிளம்பினார். நல்ல வெயில், சுட்டுப் பொசுக்கும் வெயிலை, நல்ல வெயில் என்று ஜனங்கள் வழங்குவது, விசித்திரம்தான். நல்லபாம்பு என்பதுபோல இதுவும்.

குடையுடன்தான் புறப்பட்டிருந்தார் தியாகராஜன். கறுந்துணியை மீறிக்கொண்டு உஷ்ணம் இறங்கியது. கைப்பிடியும்கூட லேசாகச் சுட்டது, காபி டம்ளரை வைத்துக்கொண்டிருப்பதுபோல. வீட்டுக்கும், அந்த அதிகாரி இருக்கும் அலுவலகத்துக்கும் ஏறக்குறைய ஒன்றரை மைல் இருக்கக் கூடும். ரிக்ஷாவில் போகலாம். ரிக்ஷாக்காரர், ஏழு ரூபாய் கேட்கக்கூடும். பேரம் பேசினால் ஆறு ரூபாய்க்குப் படியக் கூடும். ஆறு ரூபாய், அப்படியொன்றும் சாதாரண தொகை இல்லை. பாவம், ஊர்மிளாவைத் தொந்தரவுப் படுத்த வேண்டியிருக்கும். குடும்பத் தேரை இழுத்துக்கொண்டு நடப்பவள் ஊர்மிளா. சங்கரன்கொண்டு வந்து தருகிற அல்ப சம்பளத்தில், நாலு பேர் கொண்ட அந்த குடும்பத்துக்குச் சமைத்துப் போஷித்து, மின்சாரக் கட்டணம் கட்டி பால்பாக்கி தந்து, என்ன கஷ்டம்? பிரம்மப் பிரயத்தனம் என்றால், அது இதுதான்.

ஊர்மிளாதான் சொன்னாள்.

"மாமா இப்படி சும்மா உட்கார்ந்துக்கிட்டிருந்தா எப்படி? உங்க பிள்ளைகொண்டு வர்ற ரெண்டாயிரத்து சொச்சத்துல நான் அரிசி, உப்பு, பருப்பு வாங்குவனா,

பள்ளிக்கூடத்துக்கு "பீஸ்" கட்டுவனா? கிழிசல் தெரியாமே மாற்றிக் கட்டினாக்கூட டர்டர்னு கிழியுது துணி. பாத்துக் கட்டிக்க ஒரு புடவை எடுத்துக்க யோக்யதை இல்லை இந்த வீட்டுல"

ஊர்மிளா பாவம். பெரிய குடும்பத்துப் பெண். தேடித் தேடி தன் பையன் சங்கரனுக்குப் பெண்டாட்டியாக்கியவர் அவர்தானே? ஊர்மிளாவின் அப்பாவைச் சிறைச்சாலையில் வைத்துத்தான் 'தியாகராஜன்' சந்தித்தார். ஆகஸ்டுப் போராட்டத்தில், ஒரு "செல்லில்" இருவரும் சந்தித்துக்கொண்டார்கள். பரஸ்பரம் இருவருக்குமிருந்த மரியாதை காரணமாக மிகச் சிக்கனமாகவே கல்யாணம் நடந்து முடிந்தது. சங்கரனுக்காக அல்ல. தியாகராஜனின் தேசப் பற்றுதல் காரணமாகவே, ஊர்மிளாவின் அப்பா தன் பெண்ணை அவனுக்குக் கொடுத்தார் என்பதுதானே உண்மை.

ஊர்மிளா இந்தமுறை சற்று வெளிப்படையாகவே சொன்னாள். "ஒரு தனி மனுஷனுக்கு, காலைப் பலகாரம், மதியச் சாப்பாட்டு, இரவு உணவு வருஷத்துக்கு ரெண்டு வேஷ்டி சட்டை, தலைக்கு எண்ணெய், சோப் என்று கொஞ்சமாகக் கணக்கிட்டால்கூட மாசம் தொள்ளாயிரம் ஆகாதோ சுளையா? அவர் சம்பாத்தியத்தில் உங்களுக்கே தொள்ளாயிரம் செலவானால், குடும்பத்துக்கு என்ன மீதி? ஏதாவது உங்க பங்குக்கு சம்பாதிச்சா குடும்பத்துக்கு உதவியாக இருக்கும்"

வரும் தை மாசத்துக்கு எழுபத்து மூன்றைத் தாண்டும். தியாகராஜன், நான்கு நாள் தாடியைத் தடவிக்கொண்டு சொன்னார்.

"இந்த வயசுலே இனிமே..." என்று தடுமாறினார் அவர்.

"ஏன்? தியாகி பென்ஷன் தராங்களே. அதுக்கு எழுதிப் போடலாமே? பென்ஷன் கேட்கமாட்டேன்னு என்னத்துக்கு வரட்டுப் பிடிவாதம்"

இடிந்து போனார் தியாகராஜன்.

எப்போதுமே தப்பான நேரம் காட்டும் மணிக் கூண்டைக் கடந்தார் தியாகராஜன். வெயில் கொதித்தது. இந்த ஊரில் இப்படி வெயில் அடிப்பதாவது? சாலை ஓரங்களில் எல்லாம் பூவரச மரம் இருந்தது ஒரு காலம். சாலை முழுக்க எப்போதும் நிழலாகவே இருக்கும். தியாகராஜன் அப்போதும் குடை

வைத்துக்கொண்டுதான் வெளியே புறப்படுவார். ஆனால், குடையை விரிக்கவே சந்தர்ப்பம் ஏற்படாது. தெரிந்தே அவர், குடையையும் மற்றொரு கை மாதிரி சுமந்துகொண்டிருந்தார். புயல் காரணமாக மரங்கள் வீழ்ந்தன என்கிறார்கள். புயல் அல்ல காரணம். மனிதர்களுக்கு நல்ல விஷயங்கள் மேல் ஏற்பட்டிருக்கும் அசிரத்தையே இதற்குக் காரணம் என்று தியாகராஜன் நினைத்தார்.

மருமகள் ஊர்மிளா, தன்னை சிரத்தை கொள்ளவில்லை என்று சொல்கிறான் ராமு. அவர் தெருவில் குடி இருக்கும் ஒரே ஒரு சினேகிதர். ரிடையர்ட் அக்கௌண்ட் குமாஸ்தா. நிறைய இருமுவார். இடையிடையே அவரிடம் பேசவும் செய்வார்.

“டேய், தியாகராஜா... உன் பெருமையை உன் மருமகளே உணர்ந்துக்கலைடா. இன்னிக்கு சி. எம்.மா இருக்கிறவனே பதவி ஏற்கிறதுக்கு முன்னே, உன் காலிலே விழுந்து கும்பிட்டு துண்டு போர்த்திட்டுப் போறான். பென்ஷன் வாங்கறதுக்கு நான் தியாகம் பண்ணலை என்று சொன்னவன். அந்த அஞ்சு ஏக்கர் நிலம் வேணாம்னு தூக்கி எறிஞ்சவன் நீ இருந்த சொத்தை எல்லாம் வித்து ஒரு பையனை படிக்கவச்சே. அவனுக்கு டெபாசிட் கட்டறதுக்கு ஒரு லட்ச ரூபாயை வாரிக் கொடுத்தே. இப்போ உனக்கு காலைக் காபி இல்லைங்கறா, உன் மருமகள்! நீ சுமைன்னு சொல்ற, எதை அசிங்கம்னு ஒதுக்கினையோ, அந்தப் பென்ஷனுக்கு ஒரு பிச்சைக்காரனாட்டம் போய் ஆபீசர் முன்னாலே நில்லுன்னு சொல்றா” என்றெல்லாம் ராமு கொதித்துப் போய்ச் சொல்வார். என்றாலும் தியாகராஜனுக்கு வேறு வகையான நியாயங்கள் மருமகள் பேச்சில் புலப்படும்.

“வயசாயிடுச்சு. காபி உடம்புக்கு ஒத்துக்குமோ ராமு? ஒத்துக்காது அதனால காபி வேணாம்னு அந்தப் பெண் சொல்லுது. அப்புறம் அந்தப் பென்ஷன் விஷயம். நான் நல்லா யோசனை செஞ்சு பார்த்துட்டேன். அதைப் பிச்சைன்னு என்னத்துக்குச் சொல்லணும். நல்ல காரியம் பண்ணினா, பரிசு கொடுக்கறாங்களே அது மாதிரி, இதையும் பரிசுன்னு எடுத்துக்கலாமே! பரிசு, நல்ல எண்ணத்தோட அடையாளம்தானே? எதுவும் ராமு, நாம் பார்க்கிற மனோபாவத்திலேதான் இருக்கு. நாம எதுக்கு கீழே போகணும்”

தியாகராஜன் ராமுவுக்காக இட்டுக் கட்டவில்லை. உண்மையிலேயே சொன்னார்.

ஒரு வழியாக தலைமைச் செயலகம் வந்து சேர்ந்தார் தியாகராஜன் சம்பந்தப்பட்ட அதிகாரி முன் போய் நின்றார். மேஜைமீது பிளாஸ்டிக் மூடி போட்ட தண்ணீர் டம்ளர் அவர் தாகத்தைத் தூண்டியது. நாகரிகம் கருதி தன்னை அடக்கிக்கொண்டார்.

அதிகாரி மிகவும் இளமையாக இருந்தார். முகம் அந்த வகை அதிகாரிகளுக்கே உரிமை எனும்படியாக இறுகிப் போய் இருந்தது.

"என்ன?" என்றார் அந்த அதிகாரி.

"ஐயா... நான் தியாகி ஐயா. எனக்குப் பென்ஷன் வேணும். அது விஷயமா..."

அதிகாரி முகம் குறும் சிரிப்பால் இளகியது. கேலியாக இருக்குமோ? இருக்காது. பெரிய படிப்பு படித்தவர்கள் அப்படி நினைக்க மாட்டார்கள்.

அழைப்பு மணியை அடித்தார். வந்து நின்ற ஒருத்தியிடம் என்னவோ சொன்னார். ஒரு விண்ணப்ப படிவத்தைக்கொண்டு வந்தார்.

"இதை நிரப்பிக் கொடுங்க"

"சரி ஐயா."

"எந்தச் சிறையில் இருந்தீர்கள்?"

"இந்த ஊரில் இருந்தேன் ஐயா. அப்புறம்... சிறையில் காமராஜ், ம.பொ.சி. ஆகியோர்களுடன் இருந்துள்ளேன் ஐயா. சத்தியமூர்த்தி எல்லாம்கூட அப்போது அங்கே இருந்தார்கள் ஐயா... நாங்கள் ஒரு குடு...

அதிகாரி கடுகடுத்துச் சொன்னார்.

"யாறானும் சாட்சி இருக்குமா?"

"யோசிக்க வேணும் ஐயா..."

"நீங்கள் போகலாம். அந்த விண்ணப்பத்தை நிரப்பிக்கொண்டு வாருங்கள்..."

அந்த விண்ணப்ப பாரத்தை மசாலா தோசைப் பார்சல் மாதிரி சுருட்டிக்கொண்டு வெளியே வந்தார் தியாகராஜன். அவருக்கு வியர்த்து வழிந்தது. கால்கள் அமரச் சொல்லிக் கெஞ்சின. அறையில் சுமார் இருபது நிமிஷம் அவர் நின்றிருந்திருக்கிறார்.

வாசலில் காவலில் இருந்த போலீஸ்காரருடன் பேசிக்கொண்டு நின்றிருந்த பட்டாபியை அவர் பார்க்க நேர்ந்தது. அடே நம் பட்டாபி.

"பட்டாபி, எங்கே இப்படி? என்ன சௌக்யமா இருக்கீங்களா?" என்றார் தியாகராஜன்.

பட்டாபி இவரைக் கண்டதும் முதலில் திடுக்கிட்டார். அப்புறம் அண்ணாவா... அண்ணா நான் நல்லாத்தான் இருக்கேன் நீங்க எப்படி? எத்தனை வருஷமாச்சு உங்களைப் பார்த்து? வாங்க..."

தியாகராஜன் இடக்கையில் குடை தொங்க, வலக்கையால் தன் பழைய நண்பனை அணைத்துக்கொண்டு தெருவின் எதிர்ப்புறமாக இருந்து விசிறிவாழையின் கீழ் போய் அமர்ந்தார்கள்.

"எங்கே இவ்வளவு தூரம்?" என்று கேட்டார் பட்டாபி.

தியாகராஜனுக்கு கூச்சம் வந்து தலையைக் குனிய வைத்தது என்றாலும் உண்மை பேச வேண்டுமே என்று சொன்னார்.

"பென்ஷனுக்கு விண்ணப்பம் போடலாம்னு வந்தேன்."

"ரொம்ப சரி, நீங்கள்ளாம் எப்பவோ வாங்கி இருக்கணும் அண்ணா. நான்கூடப் போன வாரம்தான் "அப்ளை" பண்ணினேன்.

"ரொம்ப சந்தோஷம்" என்றுகொண்டாடினார் தியாகராஜன்.

"வாழ்க்கை எப்படிப் போகுது?" என்று வினவினார் தியாகராஜன்.

"எனக்கென்ன அண்ணா – பரம சௌக்யம். வியாபாரத்தைப் பிள்ளைகள் பண்றதுக்கு ஒப்புக் கொடுத்துவிட்டு –ஹாயாக இருக்கேன். செங்கல் சூளையைப் பெரியவன் பார்த்துக்கிறான். பஸ் கம்பெனியை சின்னவன் பார்த்துக்கிறான். பிள்ளைகள்தான் சொன்னாங்க. தியாகி அட்டையை வாங்கி வச்சாக்கா, பேரப்பிள்ளைகள் கல்லூரி, டெலிபோன் போன்ற சௌகர்யங்களுக்கு உதவும்னு. அதுக்காகத்தான் அப்ளை பண்ணி இருக்கேன். அது கிடக்கட்டும் அண்ணா, அண்ணி சௌக்யமா?"

"அவங்க காலமாகி எட்டு வருஷமாச்சுதே?"

"அடடா... எப்பேர்ப்பட்ட ஆத்மா, அந்த அம்மா? அந்தக் காலத்துல அண்ணா உங்க வீடு ஜேஜேன்னு கல்யாண வீடு மாதிரி

அல்லவா இருக்கும்? தனியா உட்கார்ந்து சாப்பிட்டிருப்பீங்களா நீங்க ஒரு நாளாவது.? கட்சிக்காரப் பையன்களுக்கு உங்க வீடுதானே, மாமனார் வீடு? எத்தனை உபகாரம், எத்தனை தயவு, நீங்க பண்ணியது. எத்தனைக் கூட்டங்களுக்கு பணம் செலவு? சுமார் ஏழு வருஷம் ஜெயில்லே இருந்திருப்பீங்களா அண்ணா?"

"அது கிடக்கட்டும்... அந்தக் காலத்துல, உங்களுக்கு ஆஸ்துமா தொந்தரவு இருந்துச்சே, இப்போவும் இருக்கோ?"

"அண்ணாவுக்கு என்ன ஞாபக சக்தி? இல்லே எந்தப் பிரச்சினையும் இல்லை அண்ணா..."

வீடு திரும்பும்போது தியாகராஜன் மிகுந்த மகிழ்ச்சியிலே இருந்தார். இந்த சந்தோஷத்தை ராமுவுடன் பகிர்ந்து கொள்ள வேண்டும் என்று அவசரமாக ராமு வீட்டுக்கு வந்து சேர்ந்தார். ராமு, அப்போதுதான் சாப்பிட்டு முடிந்து சாவகாசமாக முந்தின நாள் மாலைப் பத்திரிகையைப் படித்துக்கொண்டு அமர்ந்திருந்தார்.

"என்ன தியாகு, போன காரியம் என்னாச்சு?" என்றார் ராமு.

"அது இருக்கட்டும். என்னோட பழைய சிநேகிதன் பட்டாபியைப் பார்த்தேன்..." என்று அந்தச் சந்திப்பை மிகவும் விவரமாகச் சொன்னார் தியாகராஜன். எல்லாவற்றையும் விவரமாகக் கேட்டுக்கொண்டே ராமு கேட்டார்.

"அந்தப் பட்டாபி, போலீசாலே, உங்க கட்சிக்குள்ளாற அனுப்பப்பட்ட கருங்காலியாச்சே தியாகு"

"அதை விடுப்பா. நாங்க மாநிலத்தை விட்டு பிரஷ்டம் பண்ணப்பட்டப்போ எங்களோட வந்தவராச்சே, பட்டாபி. எத்தனை நாள் பட்டினி கிடந்திருக்கார் எங்களோட.?"

"அட அசட்டுப் பிறவியே. உம்ம கிட்ட அச்சடிச்ச நோட்டீஸ் இருந்த விஷயத்தைப் போலீசுக்குச் சொல்லிக் காட்டிக் கொடுத்து 3 வருஷம் உன்னை ஜெயிலுக்கு அனுப்பின பாவியாச்சே அவன்?"

"இது அபவாதம் ராமு. என்னண்டை நோட்டீசு இருந்த விஷயம் நாலு பேருக்குத் தெரியும். அதுல பட்டாபி ஒருத்தர். இவர்தான்னு எப்படிச் சொல்றது.? இங்கிருந்த அச்சகக்காரங்க மாநிலத்துக்குக்கொண்டு போயி அச்சு பண்ணிக்கொண்டாந்தாரு. அதை மறக்கலாமோ ராமு"

"யோவ் தியாகராஜன்... இப்படி புண்ணாக்கு மாதிரி பேசப்படாது. அச்சு பண்ணினவன் பட்டாபி. ஒத்துக்கறேன். ஆனா, அச்சு பண்ணினதும் அதுலே ஒரு பிரதியை சி. ஐ. டிகாரன்

கிட்டே கொடுத்தது இந்தப் பேமானிதானே? இது எல்லோருக்கும் தெரிஞ்சதுதானே. அதுக்கெல்லாம் சிகரம் வைச்ச மாதிரி, நம்ம தேசியக் கொடியில் மூனு பொத்தல் விழுந்ததே தியாகராஜன். இதுக்காக அந்தக் காலத்து கவர்னர் வெள்ளைக்காரன் இந்தத் துரோகியைப் பாராட்டினதுகூட மறந்து போச்சா உனக்கு"

"ராமு என்ன காரணத்தாலோ உனக்கு பட்டாபி மேல் வைரம் பாய்ந்துடுச்சு. நம்ம தேசத்தையே காட்டிக் கொடுக்கிறவனும், திருடனும் அதிகார துஷ்பிரயோகம் செய்யறவனும் நிறைய வந்துட்டாங்க இல்லையோ இப்போ... ஏதோ உணர்ச்சி வசப்பட்டு அப்படிப் பண்ணிட்டாரு பட்டாபி. மேலூர்லே வாக்கெடுப்பு நடந்தப்போ நம் பக்கம் நின்று ஓட்டு போடல்லையா அவர். அது முக்கியம் இல்லையோ?"

"உன்னைத் திருத்தவே முடியாது தியாகு" என்று சலித்துக்கொண்டார் ராமு.

பென்ஷன் வாங்கிற முயற்சிக்கு இத்தனை, அலைய நேரிடும் என்று தியாகராஜன் நினைத்துப் பார்க்கவில்லை. ஏகப்பட்ட அத்தாட்சிகள் அவருக்குத் தேவைப்பட்டன. அவர் ஆண்தான் என்றும், அவர் தந்தை இன்னார்தான் என்றும், அவர் தேசத்துக்காக ஏதோ செய்தார் என்றும் பலவாறான விசித்திரங்களுக்கெல்லாம் அவர் சான்று தேடி அலைந்தார். கர்ணம், மணியம், தாசில்தார், கலெக்டர், தலைவர்கள், எம். எல். ஏ. என்று பலரையும் சென்று சந்தித்தார். அவர் எந்தச் சிறையில் எல்லாம் இருந்தாரோ அங்கெல்லாம் எழுதி ஆதாரம் கேட்டார்.

எழுதிப் போட்டுவிட்டுக் காத்திருந்தார். ஊர்மிளாவுக்கு அடிக்கடி அவர் மேல் ஐயம். சும்மா வீட்டில் இருந்துகொண்டால் ஆதாரங்கள் தேடி வருமா என்று கேட்டாள். அதுவும் நியாயம்தான் என்று அவருக்குத் தோன்றியது.

தலைமைச் செயலகத்தில் நாளடைவில் பரிச்சயமானவராக அவர் மாறிப் போனார். பியூன் பரமசிவம், தியாகராஜனுக்கு மிகவும் பரிச்சயம் ஆகிப் போனார்.

"வாங்க நாய்க்கரே... மணி பதினொன்று ஆச்சே. இன்னும் காணமேன்னு பார்த்தேன். உட்காருங்க" என்றபடி தன் ஸ்டூலில் அவரை அமரவைத்தார் பரமசிவம். காண்டீனுக்கு அழைத்துச் சென்று டீ வாங்கிக் கொடுத்தார்.

"என்னத்துக்கு... வேணாமே..." என்று வெட்கப்பட்டு மறுத்தார் தியாகாரஜன். அவருக்கும் தேநீர் பகையில்லை. அவர்

அதை விரும்புகிறவர்தான். ஆனால் தேநீருக்குக் கொடுக்கத் தன்னிடம் காசு இல்லையே என்கிற கூச்சம்தான்.

பரமசிவம் தியாகராஜனிடம் சொன்னார்:

"நாய்க்கரே... இந்த ஆபீசுல எல்லா பேமானிகளும் லஞ்சம் வாங்கிப் பயலுக! ஒரு ஆயிரம் ரூபா தயார் பண்ணீட்டீங்கன்னா, அடுத்த வாரமே உங்க வேலை முடிஞ்சுடும். பாவம் உங்களால முடியாதுங்கறதுதான் தெரியுதே...

ஓர் அதிகாரி அவரைப் பார்த்து நின்றார். புருவம் உயர "யார் நீர்?" என்றார்.

தியாகராஜன் சொன்னார்.

"இந்த ஊருல பத்து பேர்க்கு ஒருத்தர் தியாகின்னு வந்து நிக்கிறாங்க என்ன பண்ண" என்றபடி அவன் நடந்தான். அவன் அகன்ற பிறகு, பரமசிவம் ரகசியமாகச் சொன்னார்.

"இந்த நாய், இன்னிக்கு சம்பளமும் கிம்பளமும் வாங்கிக் கொழிக்கிறதுக்கு உங்களை மாதிரி ஆளுக அன்னைக்கு இரத்தம் சிந்தினதுதான் காரணம். அந்த நன்றியை மறந்துட்டு, தெனாவட்டா பேசிட்டுப் போறதைப் பாத்தீங்களா?"

"பாவம். அவருக்கு அதெல்லாம் தெரிய நியாயம் இல்லை. நான் அதை இவங்களுக்கு சொல்லிக் கொடுத்திருக்கணும்."

"ஆமாம், நாய்க்கரே, இந்த நாட்டுக்காக எதையுமே செய்யாதவனெல்லாம் மந்திரியா வர்றார். உங்களை மாதிரி ஆளுக ஏன் ஒதுங்கிப் போய்ட்டீங்க?" தியாகராஜன் சிரித்தார்.

"ஏன் எங்க தலைவர் நேரு, பட்டேல், பந்த், காமராஜ் நாடார் எல்லாம் ஆண்டிருக்காங்களே. அதை நினைச்சுப்பாருங்க. மந்திரியா ஆகிறதுக்கும் சுதந்திரப் போராட்டத்துக்கும் என்ன சம்பந்தம்? அது வேற இது வேற பரமசிவம்"

பரமசிவம் திருப்தி அடைந்தவராக இல்லை.

பேரன் காந்திக்கு விடுமுறை விட்டானது. தியாகராஜனுக்கு இது ஒரு வகை விடுமுறை. குழந்தையைப் பள்ளியில்கொண்டு விட்டு மாலை அழைத்து வரும் வேலை அவருக்கு இல்லை. நண்பர் ராமுவுடன் நிறைய நேரம் செலவிட முடிந்தது அவரால். உடம்பும், சமீப நாட்களாக ஒத்துழைப்பதாக இல்லை. ராமு சொன்னார்.

"பால், பழம், நல்ல காய்கறி, கீரை, நெய், பருப்புன்னு சாப்பிட்டு ஓய்வில் இருக்கணும். நம்ம தலையெழுத்து சாகிற வரைக்கும் அலையற நாய்ப் பிழைப்பு"

தியாகராஜன் சிரித்தார்.

"நாம் என்ன நவாபுகளா? புறப்படு. தலைமைச் செயலகம் போய் வரலாம்."

"காகிதங்கள் வந்திருக்குமோ?"

அவர்கள் பரமசிவத்தை கண்டார்கள்.

"நாய்க்கரே... எங்கே காணோம். டில்லியிலிருந்து காகிதம் வந்துடுச்சு. ஆனா?"

"என்ன பரமசிவம்"

"உங்க பேரைக் காணமே ஐயா"

பரமசிவம் உள்ளே போய் வந்து அவரை அழைத்துக்கொண்டு அதிகாரி முன் நிறுத்தினார்.

"என்ன பேர்.?"

"தியாகராஜன் ஐயா. நா தியாகராஜன்"

பட்டியலைப் புரட்டினார் அதிகாரி. உதட்டைப் பிதுக்கினார்.

"இல்லை. உங்க பேர் இல்லை. யு ஆர் ரிஜக்டட்"

"ஐயா"

"அனுப்பினது நாலு பேர். அந்தோணிப்பிள்ளை, பட்டாபி முதலியார், இசக்கி முத்து, மூனு பேருக்கும் பென்ஷன் சாங்க்ஷன் ஆகியிருக்கு. உங்க பேர் இல்லை ஸாரி"

"வந்தனம் ஐயா"

தியாகராஜன் அறையை விட்டு வெளியே வந்தார்.

"என்ன ஆச்சு?" என்றார் ராமு

"இல்லை" என்று உதட்டைப் பிதுக்கினார் தியாகு.

"யாருக்குக் கிடைச்சிருக்காம்?"

பரமசிவம் பட்டியலைச் சொன்னார்.

"உம்... அந்த பேமானி... துரோகிக்கு எல்லாம் பென்ஷன்! அசல் தியாகிக்கு இல்லை."

"கிடக்கு விடு... அவங்களுக்குத் தகுதி இல்லைன்னு சொல்லப் படாது. இருக்கு"

அவர்கள் தெருவுக்கு வந்தார்கள். நடந்தார்கள் இருவருக்குமே பேச ஒன்றும் இல்லை.

“ராமு”

“என்ன தியாகு?”

“உன் மருமகள் டி. வி ஷோரூம் வச்சிருக்கார்னு சொன்னே இல்லே?”

“ஆமா, என்ன அதுக்கு?”

“தயவு பண்ணி, எனக்கு ஏதாச்சும் கணக்கு எழுதற வேலையா வாங்கிக் கொடேன். உட்கார்ந்து பண்ணற வேலை செய்யலாம். நிக்க முடியல்லை.”

“இந்த வயசுலயா தியாகு?”

தியாகராஜன் பதில் சொல்லாமல் வந்தார். பிறகு பேசினார்.

“என் மருமகளுக்கு நான் என்ன பதில் சொல்லப் போறேன் ராமு” என்றார். உடைந்து போனார்.

துண்டை வாயில் புதைத்துக்கொண்டு கேவிக் கேவி அழுதார்.

எழுபத்து நாலு பிராயத்து முதியவர் அழுவதை திகைப்புடன் பார்த்துக்கொண்டு நின்றார் ராமு.

1995

நாவல் பழ இளவரசியின் கதை

அவர்கள் காட்டுக்குள் பிரவேசித்துப் பல யுகங்கள் ஆனாற்போலப் பெரியவன் உணர்ந்திருக்க வேண்டும். அவர்கள் இரண்டு பேர். ஒருவன், பெரிய ஆகிருதியும், படர்ந்த பாதங்களையும்கொண்டிருந்தான். எதிர்ப்படும் மரங்களைத் தோள்களால் தள்ளி விடக் கூடும் எனும்படி முன்னே நடந்து சென்றான். பெரியவனின் மார்புக்கு மட்டில் வளர்ந்தவனாக சின்னவன் இருந்தான். பெரியவன் இழுத்துச் செல்லும் குதிரை; பின்னால், சக்கரங்களில் உருளும் சிறு தேர்போலச் சின்னவன் இருந்தான்.

சின்னவன், பெரியவனின் முதுகைப் பார்த்தபடி நடந்தான். விசாலமான புல் முளைத்த மைதானம்போல் அது இருக்கவே முன்னால் இருந்ததை அவன் பார்க்கக்கூடாமல், பக்கவாட்டில் மட்டும் பார்த்துக்கொண்டு சென்றான். சூரியன் உச்சிக்கு வந்தபோது அவர்கள் காட்டுக்குள் பிரவேசம் ஆனார்கள். என்றாலும், இருள், பச்சை இருளாய்ப் பக்கவாட்டு மரங்களிலும், கரிய இருளாய் நேராகவும் இருந்தது. விசித்திரமாக, முயல் தலைபோல் இரு கைகளிலும் நீண்டு, முகம்போலக் கீழ் நோக்கிப் படுத்த இலைகளை ஆச்சரியமாகப் பார்த்தபடி நடந்தான் சின்னவன்.

படி வைத்த இருட்டுப் பெட்டிக்குள் இறங்குபவனாய்ப் பெரியவன், ஒவ்வோர் அடியாக எடுத்து வைத்தான்.

"சாயங்காலத்துக்குள்ள ஊரைப் பார்க்கப் போயிடலாமாண்ணே" என்று கேட்ட, சின்னவன் குரலைக் கேட்காதவன்போலப் பெரியவன் சொன்னான்.

பிரபஞ்சன் | 127

“இப்பொழுதே கறுப்பைக் கரைத்துக் கொட்டி மெழுகினாற்போலத் தோன்றும் இந்தக்காடு, நூற்றைம்பது இருநூறு வருஷத்துக்கு முன்னாலே என்னவாக இருக்கும் பார். பேய்கள் புகாத இங்குதான் அந்த மனுஷன் புகுந்தான். விரட்டிக்கொண்டு, காட்டு வாசலுக்கு வந்த நாய்கள், சரேலென்று திகைத்து நின்றுவிட்டன என்றால் பார்த்துக் கொள். நாய்கள், துப்பாக்கிகளில் மருந்து கெட்டித்து வச்சு இருந்தன! சுட்டுவிரல் முனைவில் அந்த மனுஷனின் உயிர், இரும்புக் கொக்கியில் மாட்டிய உரித்த கோழியெனத் தொங்கியது. இரத்தம் சொட்ட அவன் காட்டின் இருதயத்துக்குள் மிதித்து முன்னேறினான்.

நாய்களில் இரண்டு வகை. ஒன்று, உள்நாட்டு நாய்கள், மற்றொன்று வெளிநாட்டு நாய்கள். காட்டின் வரம்பைக் கிழித்துக்கொண்டு உள்ளே புக வெளி நாய்கள் தயங்கின. ஆனால், உள்நாட்டு நாய்களோ, மிகுந்த மோப்ப சக்தி கூடி, இடங்களைப் பற்றிய சந்தேகங்களை அறிந்து இருந்தன. நிலங்களை முகர்ந்து, அவைகளோடு பேசும் சக்தி உடையவைகளாக இருந்தன. நிலம், ரகசியம் அற்று, காயப்போட்ட, வேஷ்டியாக வெறுமனே, வெள்ளையாக விரிந்து கிடக்கும் இயல்பு உடையதுதானே? நாய்கள், மூக்கைத் தரைமீது வைத்த படி உள்ளே புகுந்தன.

அந்தக் காலத்தில், அந்த காடுகளுக்குள் புலிகள் உயிர் வாழ்ந்து இருந்தன. அவன் மாதிரி மனிதர்களைப் புலிகளுக்குப் பிடித்திருந்தன. ஆகவே, அதுகள், தங்கள் அரசியின் தலைமையின் கீழ் ஒன்று திரண்டு, கூடி வந்து, மனுஷனுடன் ஓர் ஒப்பந்தம் பண்ணிக்கொண்டன. தங்களால் மனுஷனுக்கு எந்த தீமையும் வராது. அவனாலும் தங்களுக்கு ஹதம் வரக்கூடாது என்பது ஒப்பந்தம். நீங்கள் என் எதிரிகள் அல்லர். என் பகை வேறு என்று அவன் சொன்னான். புலிகள் பச்சிலைகள் கொணர்ந்து, அவன் காயங்களை சொஸ்தம் பண்ணின. அவனை மாற்றி மாற்றித் தம் முதுகில் சுமந்துகொண்டு காட்டைச் சுற்றிக் காட்டின. ஆனால், என்ன பண்ண? நாய்களோ அவனை ஒரு நாள் அதிகாலையில் உடைத்து ஊற்றிய முட்டை மாதிரி வெளிச்சம் பரவி வருகையில், சுற்றி வளைத்து, கோரைப் பற்களால் கிழித்துப் போட்டன.

“அடப்பாவமே” என்றான் சின்னவன். “யார் பாவம்” என்று கேட்டான் பெரியவன். நகரம் சாராமல் வாழும் பல பட்சிகளின் குரல்கள் அவர்களுக்குக் கேட்க வாய்ந்தது. இதை ஏதோ சத்தம் என்று எண்ணிவிடக்கூடாது என்றான் பெரியவன். இவை

பறவைகள். மற்ற பறவைகளுக்கும், ஏனைய மிருக ராசிகளுக்கும், ஊர்வனவற்றுக்கும் கொடுக்கும் சமிக்ஞைகள் என்று அவன் சொன்னான். புதியவர்களை, அதிலும் குறிப்பாக மனிதர்களைக் கண்டால் அவை பதற்றம் அடைகின்றன என்றான் அவன். அவ நம்பிக்கை. முன்காலத்தில், மனிதர்கள் வாழும் இடத்தன்மை, தாவரம், மிருகம், பட்சிகள் என்று என்னவெல்லாம் உண்டோ அவை எல்லாம் சாதாரணமாக வந்து, பேசி மகிழ்ந்து, நட்பு பாராட்டிவிட்டுப் போயின. அப்படி வந்து போய்க்கொண்டிருந்த பசுக்கள், குதிரைகள், கழுதைகள், குரங்குகள் போன்றவற்றை ஏமாற்றியும் வஞ்சித்தும் தமக்கு ஏவல் பண்ணுமாறு பண்ணி விட்டான் மனிதன். ஆனால், நரிகள், பாம்புகள், சிங்கம், புலிகள் முதலானதுதான், புத்திசாலிகள் மற்றும் தந்திரசாலிகள். ஆகையால், மனிதனை விட்டுத் தப்பித்து ஓடிவிட்டன. எனக்குத் தெரிந்து, நாவல்பழ இளவரசி என்று ஒருத்தி இருந்தாள். பல காலங்களுக்கு முந்தின சமாசாரம்.

அவள், ஆசைப்பட்டுக் கார்க்கோடன் என்ற பாம்பைக் கல்யாணம் பண்ணிக்கொண்டு, ரொம்ப சந்தோஷமாக வாழ்ந்தாள். இரவில் சம்போகமும், பகலில் குடித்தனமுமாக அவர்கள் வாழ்ந்தார்கள். இது பொறுக்காமல், மருதன் என்கிற மனுஷன் என்ன பண்ணினான் தெரியுமா? ஒருநாள், நாவல்பழ இளவரசியின் அறைக்குள் மருதன் புகுந்துகொண்டான்.

அது என்ன நாவல்பழ இளவரசி? நாவல் பழத்துக்கும் அவளுக்கும் என்ன உறவு? சின்னவனின் குரல் கேட்டுச் சிரித்தான். ஒரு காலத்தில் இந்தத் தேசம் முழுக்கவும், நாவல் மரமே அதிகமாக இருந்தது. மதுரைக்குத் தெற்காலும், வடமதுரைக்கு வடக்காலும் எங்குப் பார்த்தாலும் நாவல் மரங்கள். அப்போ எல்லாம் மனுஷன், மரத்தில் ஆந்தை, வெளவால், குரங்கு, கரடிகளோடும் வாழ்ந்து இருந்தான். நாவல் பழங்கள் தின்று வாழ்ந்ததால், நாம் நாவற்பழ நிறத்துக்கு ஆகிவிட்டோம். அது வேறு கதை. இளவரசியின் கண்கள் இரண்டிலும், கன்னங்கள் இரண்டிலும், முலைகள் இரண்டிலும், நாவல் பழங்கள் பழுத்து இருந்தன. அதனால் அந்தப் பெயர்.

“சரிதான்”

எங்கே விட்டேன், ஆங்... அந்த மருதன் இளவரசியின் சயன அறைக்குள் புகுந்துகொண்டு, மறைந்து இருந்தான். ராத்திரி போஜனம் முடிந்து, வாசனைப் பாக்கு, கிராம்பு,

பத்திரி, ஏலம், கசகசா, கடுக்காய், இத்யாதிகளால் சேர்த்துக் கட்டிய மசாலாக்களால் வெற்றிலைத் தாம்பூலம் போட்டுச் சிவந்து விட்டது என்று உதட்டைப் பார்த்துத் தெரிந்துகொண்டு, இளவரசியும் கார்கோடனும் சயன அறைக்குள் புகுந்து, பரஸ்பரம் லாகிரியோடு எட்டெட்டுக் கரணங்களால் ஆன சையோகபோகங்களில் ரசமித்துக்கொண்டு கிடக்கையில்...

"அஃதென்ன, எட்டெட்டுக் கரணம்" என்று சின்னவன் விளங்காமல் வினவ, சிரித்து, காலக்கிரமத்தில் எல்லாம் புரிய வரும் என்று பெரியவன் தொடர்ந்தான்.

இடிச் சத்தம் கேட்டுக் குகைகளில் புகுந்து ஒளிவது மாதிரி, இருவரும், ஒருவருக்குள் ஒருவர் பிணைந்து இருக்கையில், வாளை உருவிக்கொண்டு மருதன் கார்கோடனை வெட்டினான். கார்கோடன் சாகும் முன்பு, மனிதன் மேல் விஷத்தைப் பாய்ச்சினான். இப்போதும்கூட, நாவல்பழ இளவரசி இந்தப் பக்கங்களில்தான் சுற்றித் திரிகிறாள் என்று பார்த்தவர்கள் சொல்கிறார்கள்.

நான் பார்த்தது இல்லை என்று பதில் சொன்னான் பெரியவன். ஆனால் அவள் குரலைக் கேட்டிருக்கிறேன். மரங்களின் கிளைக்குப் பின்னால், இலைகளுக்குப் பின் பக்கத்தில் அவள் இருந்துகொண்டு சப்த அலைகளை எழுப்பிப் பேசுவாள். வார்த்தைகள் ஒன்றோடு ஒன்று முடிச்சு போட்டுக்கொண்டு, வெயில் ஒளிச் சிதறலில் கொசுக் கூட்டம்போல் பறப்பதை நாம் காண முடியும்...

அவர்கள், திடுமென எதிர்ப்பட்ட திறந்த வெளியைக் கடக்க நேர்ந்தது. காற்றில் நீரின் மணம் கலந்து வந்தது. அழுகிய, சொதசொதத்த, புற்கோரைகள் வீச்சும், காற்றில் கரடு தட்டிய சிரங்காய் வீங்கி இருந்தது.

எப்போது நகரத்துக்கு வந்து திரும்பினாலும், இங்குதான் தங்கி, கொண்டு வந்த புளி, எலுமிச்சைச் சோற்றை நாங்கள் சாப்பிடுவோம் என்று பெரியவன் தன் அனுபவத்தைச் சொன்னான். சுற்றி விளிம்புகளில் இலைச் சருகுகள், கிளைக் குச்சிகள் மிதக்கும் ஏரியில் துண்டை விரித்து மீன் பிடிப்போம். நீரில் போட்ட காக்காய்ப் பொன் தாளில் பட்டுப் பளீரிட்டுப் சிலிர்க்கும். கிழிந்த காகித மீன்கள் படகின் வயிற்றுக் குழியாய் உருக்கொண்ட துண்டுகள் வந்து விழும். சுள்ளியைக் கொளுத்தி,

சின்னச் சின்னப் பொட்டலங்களில்கொண்டு வந்த உப்பு, மிளகாய்த் தூளைத் தூவி, சூடு ஆவி பறக்கத் தின்போம். உதடுகளில் புகையும் ஆவி. மீன்களில் மூச்சுக் காற்று,

“அண்ணே, நூறு முறைக்கு மேலா, இங்க வந்திருப்பீங்க,போல?”

சிரிப்பைப் பதிலாகத் தந்தான் பெரியவன். தலை வரித்துக் கிடந்த பேய் மரத்தின் கீழ்ப்போய் உட்கார்ந்தான். பெரியவன்.

“நீங்க மட்டும் வரலைன்னா, அந்தத் தேவடியாப் பையன் பணம் தந்திருக்க மாட்டான்”

அனிச்சையாக மடியைத் தொட்டுப் பார்த்துக்கொண்டான் சின்னவன். கத்தைப் பணம். தொப்புளுக்கும் கீழே மடிந்து மேடிட்டுக் கிடந்தது.

எத்தனை வாட்டி என்னை இழுத்தடித்தான். பத்திரம் செல்லாது என்றான். அறுவடை முடியட்டும் என்றான். தை பிறக்கட்டும் என்றான். பொண்ணு கல்யாணம் வச்சாச்சு என்றான். கடைசியில் அண்ணன் வந்து கிண்ணென்று நின்றதும்தான் பணம் தலை காட்டியது.

“அண்ணன், வச்ச நிலத்தை மீக்கணும்”

பெரியவன், ஆம் என்பதுபோலத் தலை ஆசைத்தான். அவன் கண்முன் நிகழ்ச்சிகள் விரிந்தன. குடும்பம் தலை நிமிர்கிறது. சின்னவனுக்குக் கல்யாணம் ஆகிறது.

“அத்தை மவ வேற காத்திருக்கா.”

சின்னவன் விரலால் தரையில் எதையோ எழுதி அழித்தான். அரைத்த உளுந்து வாசனை வீசும் அவள் மேல் படுத்துக் கிடக்கிறான் சின்னவன். நாவல்பழ இளவரசி மேல் சின்னவன் படுத்துக் கிடந்தான். மூச்சை உள்ளிழுத்துப் பழங்கள் பருத்துப் பெரிசாயின.

அவர்கள் இருட்டும் முன்பு, காட்டைக் கடந்தாக வேண்டும். சதுப்பு நிலம் போன்று தரை கால் உள் வாங்கியது. ஆபத்தான வெளி சருகுகள், குப்பைகள் மூடி, மண்ணில் முகம் மறைந்து கிடந்தது. அங்கிருந்த மரத்தின் பருத்த கிளையை ஒடித்து எடுத்தான் பெரியவன். அந்தக் கொம்பால் தரையை ஊன்றித் தடம் பார்த்து முன்னே நடந்தான். பெரியவன் வைத்த காலடிக்கு மேல் தன் அடியை வைத்து ஜாக்கிரதையாக நடந்து சென்றான்

சின்னவன். சுத்தமான முல்லை மணம் அவர்களைச் சுருட்டி மூடியது. பெரியவன், மார்புகொண்ட மட்டும் மூச்சை இழுத்து உள்ளே ஸ்தம்பம் பண்ணியதைச் சின்னவன் பார்த்தான்.

அடுத்த ரெண்டு கல்லும் முல்லைக்காடுதான். கார்கோடன், அதன் சந்ததியர் படுத்துக் கிடக்கும். ஓய்வு எடுத்துக்கொண்டு இருக்குமாய்க் காணும். என்னத்துக்கு ஓய்வு என்றால் சண்டை போட்ட களைப்புத்தான். பல காலங்களுக்கு முன்னால் கிருஷ்ணனும் அர்ஜுனனும் அவர்கள் பந்துமித்திரர்களோடு கார்கோடன் வம்சத்தாரோடு சண்டைக்கு வந்தார்கள். காண்டவ வனம் உள்ளிட்ட பூமியின் பரவலில் சொந்தம்கொண்டாடுவது கிருஷ்ணன், அர்ஜுனனின் நோக்கமாக இருந்தது. கார்கோடன், மலையின் உச்சியில் ஏறி நின்றுகொண்டு சொன்னான். இந்த மலைபோல் லட்சம் கோடி மலைகள் தேய்ந்து தேய்ந்து மண் ஆன கல்ப கோடி வருஷங்களாக நாங்கள்தான் இங்கே குடி இருக்கிறோம். இது எங்கள் பூமி என்றாலும் யாரும் அவன் பேச்சைப் பொருட்படுத்துவதாக இல்லை. சண்டை பல ஊழிகள் தொடர்ந்தது. இன்னும்தான். சண்டைக்குள்ளாகச் சற்றே ஓய்வு கொள்கிறான் கார்கோடன்.

அவர்கள் முல்லைக் காட்டைக் கடந்துகொண்டிருந்தார்கள். முல்லைச் செடிகள் மரம்போல், அங்காந்து பார்க்க வைத்தன.

“இதேது, ஆச்சரியமாய்த் தோணுதே”

ஆச்சர்யம் ஏதும் இல்லை. யோசிக்கையில் ஆச்சர்யம் என்று ஏதும் இல்லை. அதுவும் உள்ளதுதான். நாம்தான் பார்ப்பது இல்லை. அந்தக் காலத்தில், ஏன், இப்போதும்தான் இந்த இடத்தில் கொள்ளைக்காரர்கள் பதுங்கிக் கிடப்பார்கள். ஆறலைக் கள்வர் என்பது அவர்கள் பெயர். பாலைச்சுரத்து வாழ்பவர்கள். இந்தப் பக்கம் போகும் பயணிகளை மருட்டி இருப்பதைப் பிடுங்குவார்கள். இப்படித்தான், ஒரு சமயம், கல்யாணப் பெண்ணையும் அவள் சொந்த பந்தங்களுடன் இந்த வழியாகக் கூட்டிப் போய்க்கொண்டிருந்தோம்; காவல்காரர்களில் நானும் ஒருவன். அந்தி சாயும்போதுதான் இந்த முல்லைக் காட்டைக் கடந்தோம். இருட்டும், பயமும், சீக்கிரம் ஊருக்குப் போய்விட வேண்டும் என்ற தவிப்பும், எல்லோருடைய பைகளிலும் பெட்டிகளிலும் நிரம்பி வழிந்தன. வழியில், விதவிதமான புதுசான சத்தங்களை நான் கேட்டேன். இவை காட்டின் சத்தம் இல்லை. எனக்குத் தோன்றியது. இது சத்தம்

இல்லை. சமிக்ஞை. மரங்களின் உச்சந்தலையைக் கவனித்தேன். உச்சந்தலையில் கட்டின ரிப்பனைப்போல, மனித உடம்புகள் தெரிந்தன. வேல் கம்பியை எறிந்து ஒருத்தனை வீழ்த்தினேன். திபுதிபு என்று திருடர்கள் எங்களைச் சூழ்ந்துகொண்டார்கள். நான் கம்பைச் சுற்றினேன்.

பெரியவன், தன் கையில் இருந்த கம்பைச் சுற்றத் தொடங்கினான். அவன் காவலாளி. கல்யாணப் பெண்ணைக் காப்பாற்றும் கடமைசாலி. அவன் ஏந்திய கம்பு, முனை வளர்ந்து, நீண்டு, நெளிந்தது. பாம்பின் பிளந்த நாக்கு நெளிந்து நெளிந்து, கம்பு கீழிறங்கும்போதெல்லாம், ஒருவன் சுருண்டு வீழ்ந்தான். கார்கோடனின் நாக்கு, விஷம் கொட்டி வைத்த சால். அவன் வைத்த கால் தடங்களில் நெருப்புக் கனல் தெறித்தது. பூமி வாய்பிளந்து புகையை உமிழ்ந்தது. கம்பு, வானத்துக்கும் பூமிக்குமாக எம்பி எம்பித் தாழ்ந்தது. பெரியவன் ஒரு நாழிகை தரையில் கால்பதியாதவனாக அந்தரத்தில் வீடு கட்டிச் சுற்றி வந்தான். அவன் வெற்று உடம்பில் தாரை தாரையாக வியர்வையும் இரத்தமும் வழிந்தது. தரையில் விழும் சொட்டுகளை கார்கோடன் வம்சத்தார் நக்கிக் குடிப்பதை சின்னவன் பார்த்து நடுங்கினான்.

போதும்போதும் என்று கத்த வாய் திறந்தான். பேச்சுக் காற்றாய் வழிந்தது. அவன் கண்களின் கருவிழிகள், மேல் அரைவட்ட விளிம்பில் மறைந்தன.

பெரியவன் ஏந்திய கம்பு, கிளைகளாய்க் கிளைத்தன. மரத்தை ஏந்தியவனாய் அவன் இருந்தான். பலவான். எட்டுத்திக்கிலும் மரம் கீழ் இறங்கியது. ஒவ்வொரு திசையிலும் அது தரைக்கு வந்தபோது அலறல்கள் கேட்டன. யானைகள் பிளிறின. குதிரைகள் கனைத்து விழுந்தன. வீரர்கள் ஊளையிட்டார்கள். எட்டாம் திசைக்கு மரம் இறங்கியபோது, அது, சின்னவன் தலையில் இறங்கியது.

பெரியவன் ஓய்ந்தான். கம்பைத் தரையில் ஊன்றி நின்றான். நிதானப்பட வெகு நேரம் ஆனது. தரையைப் பார்த்தான். இரத்தக் குழம்பில் சின்னவன் மிதந்தான். பெரியவன், கம்பை எறிந்தான். நிதானமாகச் சின்னவன் பக்கத்தில் குத்துக் காலிட்டு அமர்ந்தான். அவன் இடுப்புப் பக்கத்தில் தடவி, ரூபாய் நோட்டுகளை எடுத்தான். மடியில் சொருகிக்கொண்டான்.

காட்டைக் கடக்கத் தொடங்கினான்.

2001

மருந்து

தெருவில் ரிக்ஷா வந்து நின்றது. வைத்தியரைப் பார்க்க வந்த வியாதியஸ்தர் அல்லது அப்படித் தம்மை நினைத்தவர்கள் சலசலப்புகொண்டார்கள். வைத்தியர் சத்திய நாராயணா, முதலில் இடக்காலைத் தரையில் ஊன்றினார். வெள்ளை வார் போட்ட செருப்பு. பிறகு, தம் மாபெரும் உடம்பைக் கொஞ்சம் கொஞ்சமாக ரிக்ஷாவில் இருந்து வெளிப்படுத்தினார். ரிக்ஷா மிதித்து வந்த கெம்புசாமி, வைத்தியரின் பெரிய தோல் பையை எடுத்துக்கொண்டு வைத்திய சாலையின் வாசலுக்கு வந்தார். நர்சாகவும், மற்றும் வைத்திய சாலையின் பராமரிப்பாளராகவும் இருந்த காஞ்சனம்மா, முன்னால் வந்து பையை, குடிநீர் போத்தலை வாங்கிக்கொண்டு உள்ளே போனாள்.

இரண்டு காலையும் தரையில் ஊன்றி நின்ற சத்திய நாராயணா மெதுவாக நடந்து வாசலை அடைந்தார். பார்வையாளர்கள், வணக்கம் தெரிவித்துக்கொண்டார்கள். நின்று, வைத்தியர் எல்லோருடைய முகத்தையும் நிதானமாக அவதானித்தார். அவருடைய நினைவுச் சுருளில் எல்லோரின் பிரச்சினைகளும் வந்து போய் இருக்க வேண்டும். தலையை அசைத்துக்கொண்டார். கைக்குழந்தையுடன் இருந்த ஓர் இளம் பெண்ணிடம் கேட்டார்.

"வயிறு போதல் நின்னுடுச்சா, அம்மணி"

"நின்னுடுச்சுங்க ஐயா... குழந்தைக்குக் களைப்பு மீஸ்திரமா இருக்கு"

“இருக்கத்தான் இருக்கும். தண்ணியைக் குடிச்ச பிறகால, பாட்டில் காலியாகத்தானே ஆடும். மூணு நாள் போனா, எல்லாம் சரியாயிடும்” சத்தியநாராயணா, தன் அறைக்குள் சென்றார். பார்வையாளர்கள் பெரும்பாலோர், தொடர்ந்து வருபவர் ஆகையால், வைத்தியர் வழக்கம் அறிந்து வைத்திருந்தார்கள். இன்னும் அரை மணியாவது ஆகும், வைத்தியர் பூஜையை முடித்துக்கொண்டு அவர்களை அழைக்க. அவர்கள் ஆசுவாசத்தோடு அமர்ந்தார்கள்.

சத்திய நாராயணா, பையைத் திறந்து, வாழை இலையில் சுற்றப்பட்ட மல்லிகை மாலையை எடுத்தார். கிழக்குப் பார்த்தபடி வைத்திருந்த அகத்தியர் வெண்கலச் சிலைக்கு அம்மாலையைச் சார்த்தினார். கண்ணை மூடித் தியானித்தார்.

“பிரபு... நோயை எனக்கு நாடியில் பேச வை. தெளிவு படுத்து. சரியான மருந்தைத் தெரியச் செய்... நானா வைத்தியன். நீ அல்லவா? நான் வெறும் கருவி...”

சுவரில் அப்பாவின் படம் மாட்டப்பட்டிருந்தது. லேசாகப் பழுப்பேறி, வர்ணம் உதிர்ந்த படம். அவரது தந்தையும் ஆசானும் ஆனவர். நெற்றி, புஜங்கள், முன்கை, மார்பு, வயிறு என்று திருநீர் சாற்றிக்கொண்டு ஆசனத்தில் அமர்ந்திருந்தார் அப்பா, சோனாசல வைத்தியர்.

அப்பாவின் திவஷ நாள் வர இருந்தது. வரும் தையில் பௌர்ணமியை ஒட்டி வரும். அப்பா வீட்டில் இருந்த நாட்களைக் காட்டிலும் அவரைக்காடு மேடு மலைகளில் பார்த்த நாட்களே அதிகம் என்று வைத்தியருக்குத் தோன்றியது. அப்பாவுக்கு கண்களில், மனிதர்களின் விதி தெரிந்தது. தன்னைப் பார்க்க வருகிற நோயாளிகள் எல்லோர் கைகளையும் அவர் பார்ப்பது இல்லை.

“ஏம்பா, அப்படி? சிலரைப் பார்ப்பதும், சிலரை விலக்குவதும் பாவம் அல்லவா? நம் வித்தைக்குத் துரோகம் அல்லவா?”

அப்போது சத்தியாவுக்குப் பன்னிரெண்டு வயது. அப்பா அவன் கண்களைப் பார்த்தார். சிரித்துக்கொண்டு சொன்னார்.

“குழந்தை, எனக்கு மனிதர்களைப் பார்த்ததுமே, அவர்கள் விதி தெரிந்து விடுகிறது. மனிதர்கள் நிறங்களால் வெளிப்படுபவர்கள். கால தூதனின் நிறம் கறுப்பு. கறுப்புக் கிரணங்களுடன் என்னிடம்

வருபவர்களுக்கு நான் வைத்தியம் பார்ப்பது இல்லை. அதுகூடாது. அது, விதி நாயகன் தீர்ப்புக்கு எதிரானது"

அப்பாவைப் பார்க்க அப்போது திருவண்ணாமலைக்குக் கலெக்டராக இருந்த வெள்ளைக்கார துரை வந்தது, அவருக்குத் தெரியும். உட்காரச் சொன்னார் அப்பா. அவன் கண்களைப் பார்த்தார். நிதானமாகச் சொன்னார்.

"உம் உடம்பு பாவத்தால் வெந்து, ஆவியாகக் கொஞ்சம் கொஞ்சமாக வெளியேறிக்கொண்டுள்ளது. வரைமுறை அற்ற பலாத்காரத்தால் பற்றின பெண்களுடன், நீர் பண்ணின மைதுனம் காரணமாக, உமக்கு உடம்பு முழுக்க விஷ மேகம் பரவியுள்ளது. உமது கடவுளை நினைத்துக் கொள்ளுங்கள். பெண்டு பிள்ளைகள், உறவு ஜனங்களை அருகில் வைத்துக் கொள்ளுங்கள். நிம்மதியாகப் பயணத்துக்கு மனசைத் தயார் பண்ணி வையுங்கள்"

அதிர்ந்து போனான் துரை.

"நீங்கள் சொன்னது உண்மை. இங்கிலீஷ் வைத்தியம், என் உடம்பைப் புண்ணாக்கி, இரத்தம் எடுத்து, நீர் எடுத்துக் கண்டு பிடித்ததை நீர் எப்படிப் பார்த்த மாத்திரம் கண்டுபிடித்தீர்?"

"வைத்தியனுக்கு அது சாத்தியம். அவன் வைத்தியனாக இருந்தால்..."

துரை கேட்டான்.

"என் இறுதி நாள் எது?"

ஒரு கணம் யோசித்தார். அப்புறம் சொன்னார் அப்பா.

"இன்னும் பதினாறு நாட்கள்"

அப்படித்தான் நேர்ந்தது. தன் இறுதி நாளைக் கேட்டுத் தெரிந்துகொண்ட அந்த வெள்ளைக்காரனை அப்பாவுக்குப் பிடித்திருந்தது.

காஞ்சனம்மா, தன் அதிகாரப் பிராந்தியமான, மருந்து கொடுக்கும் அறையில், மேசைக்குப் பின்னால் அமர்ந்துகொண்டாள். அவளுக்கு இரண்டு வேலைகள். ஒன்று, நோயாளிகள் தரும் கட்டணம் ஒரு ரூபாயை வாங்கிக்கொண்டு, அவர்கள் பெயர், எழுதிய சீட்டு தர வேண்டும். டாக்டர் என்பவர்கள் ஐம்பது ரூபாயும், இருபது ரூபாயும் "பீசாக" வாங்கிக்கொண்டிருக்கும் நாளில், தங்கள் வைத்தியர் மட்டும்

ஒரு ரூபாய் கட்டணம் வாங்குவது குறித்து அவளுக்குத் தலை இறக்கம்தான். இதுவாவது பரவாயில்லை. கொஞ்ச காலம் முன்னால் வரை, நாலணா மட்டுமே கட்டணமாக விதித்திருந்தார் வைத்தியர். அதற்கு மேலாக நோயாளிகள் கொடுத்தாலும் வாங்கக்கூடாது. நோயாளிகளைப் பரிசோதித்த பிறகு, வைத்தியம் எழுதித் தம் மாத்திரை, பஸ்பம் முதலானவற்றுக்குத் தனியாகக் கட்டணம். அதுவும் இரண்டு மூன்று ரூபாய்க்கு மேல் போகக்கூடாது. நாலணா வைத்தியர் என்ற பெயரே பிரசித்தம் ஆகிவிட்டதில், லேசான கௌரவக் குறையும் அவளிடம் இருந்தது. கதவுக்கு வெளியில் இருமிக்கொண்டு நின்றாள் ஓர் அம்மாள். "வா" என்றதும் உள்ளே வந்தவளைப் பெஞ்ச்சில் உக்காரச் சொன்னாள் காஞ்சனம்மா. "வைத்தியர் பூஜையில் இருக்கார். முதல்லே அகத்தியர், அப்புறம் அவரோட தகப்பனார்."

சளி என்றுதான் சொல்ல நினைத்திருப்பாள் அந்த அம்மாள். அதற்கும் இருமினாள். "இன்னும் சளி குறையலையாக்கும், "குத்திருமல் ஆளைக் கொத்தும்பா" டாக்டர் ரொம்ப ராசியானவர். அருமையான மருந்து வச்சிருக்கார். இருமலுக்கு. "சீட்டு போட்டுடலாமா?"

அந்த அம்மாள் ஓர் ஒத்தை ரூபாய் நோட்டை எடுத்து வைத்தாள். "பாரு... என்ன பேரு... லோகாம்பா... பாரு லோகாம்பா... டாக்டர், நாலணாவிலிருந்து ஒரு ரூபாய் பீசுன்னு மாத்திட்டார்... இன்னும் ஜனம், நாலணா வைத்தியர்னே சொல்றாங்க பாரு... நேத்து என் மருமான் ஊர்லேந்து வந்திருக்கான். இன்னும் நாலணா வைத்தியரண்டையிலேதான் இருக்கியோ? சம்பளம், உனக்குக் காலணாவான்னு கேட்கிறான். காலத்துக்கேற்ப மாறிட வேணாமோ ஒரு டாக்டர்?"

டாக்டர் என்பதில் கூடுதல் அழுத்தம் கொடுத்தாள் காஞ்சனம்மா. இந்த வார்த்தையில் கௌரதையும், டாக்டருக்குக் கூடும் மரியாதையின் வெளிச்சக் கீற்று தன் மேலும் படுகிறதாக அவள் நம்பினாள்.

"டாக்டர் தர்மலிங்கம் இருக்காரோல்லியோ? நம்ப டாக்டர் கால்தூசிக்குச் சமானமாட்டான். எட்டுக் கண்ணும் விட்டெறியறது. என் தங்கை, அங்கதான் இருந்தாள், என்னை மாதிரி. நான்தான் அவர்ட்ட சேர்த்து விட்டேன்னு வச்சுக்கோ. இப்ப பார்த்தா, இந்தக் கையில இந்த மட்டும் உருட்டு வளையல், அந்தக் கையில இந்த மட்டுக்கும் நெளிவளையல், என்ன கார்வார்,

என்ன சலேர்பிலேர்? அம்ம்ம்மா... பாரு... நம்ம டாக்டர், வாய் செத்த பூச்சி..."

பதிலாக அந்த அம்மாள் இருமினாள்.

சட்டையைத் தலைவழியாகக் கழற்றி, கோட் ஸ்டாண்டில் மாட்டினார், சத்தியநாராயணா. பெருத்த சரீரத்தைச் சிரமப்பட்டு நாற்காலியில் பொருத்திக்கொண்டார். வலது கைப்புறம் இருந்த பத்தியை எடுத்து ஒன்றைப் பற்ற வைத்தார். உட்கார்ந்த வாக்கிலேயே, அதை அகத்திய சாமிக்கும் தகப்பனார் சாமிக்கும் காட்டி, ஸ்டாண்டில் பொருத்தினார். மேசை, சுத்தமாக இருக்கிறதா எனப் பரீட்சை செய்துகொண்டார். வைத்தியனிடம் அழுக்கு அண்டலாமோ? துண்டு வெள்ளைச் சீட்டுகளை எடுத்து அடுக்கி வைத்தார். பென்சிலைக் கூர்பார்த்துக்கொண்டார். மருந்துக் குப்பிகள் எல்லாம் அதனதன் இடத்தில் பொருத்தமாக இருந்தன. திருப்தியுடன் மேசை மேல் இருந்த மணியை அடித்தார்.

லோகாம்பா, இருமிக்கொண்டு, அறைக் கதவைத் திறந்துகொண்டு உள்ளே வந்து, வைத்தியர் காட்டிய ஸ்டூலில் அமர்ந்தாள்.

"எப்படி இருக்கு ஜலதோஷம், லோகாம்பா?"

பதிலாக இருமினாள் லோகாம்பா.

புரிந்ததாகத் தலை அசைத்துக்கொண்டார், சத்தியநாராயணா. அவள் முகம், கண்கள் என ஆராய்ந்தார்.

"போன புத வாரம் உங்க வீட்டுப் பக்கமா ரிக்ஷாவில் போயிட்டிருந்தேன். இளம்பிராயமா ஒருத்தி திண்ணையிலே நின்னுட்டு இருந்தாளே, யார் அவ?"

"ஒல்லியா சேப்பா... (இருமல்) விரிச்சி போட்டுண்டு"

"ஆமா..."

"அவதான் என் வீட்டுக்காரரோட (இருமல்) தங்கை. (நீண்ட இருமலோடு) மாசக்கணக்கா, இங்கதான் டேரா... மூணு பிள்ளைகள். அதுகள், ஊருக்குப் புறப்படறச்சே துணிமணிகள் (இருமல்) எடுத்துத் தரணும்..."

வைத்தியர்... விசிறிக்கொண்டார். எதிர்த் திண்ணையில் பவுன் ஆசாரிப் பட்டறையிலிருந்து "டொக் டொக்"கென்று சின்ன சப்தம் வந்துகொண்டிருந்தது.

"வீட்டுல யார் யாரெல்லாம் இருக்கா?"

"நாங்க ரெண்டு பேர், எங்க பிள்ளைகள் ரெண்டு. (இருமல்) அப்புறம், வீட்டோட வந்துட்ட என் தங்கை. அவ பிள்ளை ஒன்னு. அப்புறம், லீவுக்கு வநிருக்கிற என் ஆமதாபாத் பெரிய தங்கை, பிள்ளைகள்."

"இருக்கட்டும். உறவுன்னா, அப்படித்தான் இருக்கும். கும்பலா பிறந்துட்டம். கும்பலா வாழலேன்னா எப்படி? பிறப்பே, இரண்டு பேர் கும்பல் சேர்க்கையிலே ஏற்படறதுதானே?"

"உள்ளது"

"உன் புருஷன் குடும்பத்தார் உன் வீட்டிலே வந்திருக்கிறது உனக்குக் கஷ்டமா இருக்கோ"

முதலில் அவள் இருமினாள். அப்புறம் "ஆமாம்" என்பதாகத் தலையசைத்தாள்.

இருமல் போகணும்னா, அந்த மனோபாவம் போகணும். அதென்ன, உன் அகத்தில் உன் தங்கைகள் வரலாம். உன் புருஷன் தங்கைகளுக்கு இடம் இல்லையோ...?"

லேசாக வெட்கப்பட்டாள் லோகாம்பாள்.

"வியாதிங்கறது, ஒன்னும் இல்லை. கர்ம பலன் காரணமா சிலது வரும். நமக்குள்ள இருக்கிற வக்ரம் காரணமா, சிலது வரும். உனக்கு வந்தது, ரெண்டாவது, அதுக்கு மருந்தில்லை. மனசைத் துடைத்து வச்சுக்கிட்டு, உன் தங்கை குழந்தைகள், உன் புருஷன் தங்கை குழந்தைகள், உன் குழந்தை எல்லாத்தையும் ஒன்னாகப் பாவிச்சுடு. இருமல் போயிடும். போ... பீஸ் ஒரு ரூபாயைக் கொடுத்தியோ, போறச்சே, காஞ்சனம்மாகிட்டே வாங்கிட்டுப் போயிடு. குஞ்சுப் பிள்ளைக் கடையில் ஒரு ரூபாய்க்குப் பூந்தி வாங்கிண்டு போயி எல்லாக் குழந்தைகளுக்கும் கொடு..."

முகம் இருண்டவளாக, லோகாம்பா, காஞ்சனம்மா முன் வந்து நின்றாள். சீட்டுக்காகக் கை நீட்டினாள் காஞ்சனம்மா.

"கொடுக்கலை"

"ஏனாம்?"

லோகாம்பா எரிச்சலுடன் சொன்னாள், இருமலுடன்தான்.

"கொழந்தைங்களுக்குப் பூந்தி வாங்கிக் கொடுத்தா, இருமல் போயிடுமாம்"

காஞ்சனம்மா, தன் "ரைட்டர்" பேனாவின் முனையைக் கடித்துக்கொண்டு, எங்கோ பராக்கு பார்த்தாள்.

ஆறு பேர்தான், அன்று பார்வையாளர்களாக வந்திருந்தார்கள். காஞ்சனம்மா, உள்ளே வந்து "அவ்ளோதான் ஐயா" என்றாள்.

"சந்தோஷம்" என்றபடி, அலமாரியைத் திறந்து, சிவப்பு காலிகோ அட்டை போட்ட புஸ்தகத்தை எடுத்து வைத்துக்கொண்டு விட்ட இடத்திலிருந்து படிக்கத் தொடங்கினார்.

நகத்தைக் கடித்துக்கொண்டு, தன் இருக்கையில் வந்து அமர்ந்தாள், காஞ்சனம்மா. மெல்ல உள்ளே வந்த ரிக்ஷாக்காரர் கெம்புசாமி, தரையில், சுவரில் முதுகைச் சாய்த்துக்கொண்டு அமர்ந்தார். காகிதத்தில் மடித்த வெற்றிலையைத் துடைத்துப் போடத் தொடங்கினார்.

காஞ்சனம்மா, மணியைப் பார்த்தாள். பதினொன்று இருபது. ஒரு மணியோ, ரெண்டு மணியோ, டாக்டர் இருக்கும் வரைக்கும் அவள் இருந்தாக வேண்டும். அசுவாரஸ்யமாகக் கெம்புசாமியைப் பார்த்தாள் காஞ்சனம்மா.

"இன்னிக்கு ஆறு பேர்தான்"

கெம்புசாமி, வாயோரம் கசியும் வெற்றிலைச் சாரத்தைத் துடைத்தபடிச் சொன்னார்.

"நல்லதுதானே"

"எது நல்லது?"

"நோயாளிகள் குறையறது"

பைத்தியத்தைப் பார்ப்பதுபோலக் கெம்புச்சாமியைப் பார்த்தாள் காஞ்சனம்மா. "மேலத் தெருவில புதுசா ஒரு டாக்டர் வந்திருக்கார். கூட்டம் அலை மோதறது. நம்ம டாக்டர், மருந்து கொடுக்காமே, சாமியார் மாதிரி பேசறார். கூட்டம் எப்படி வரும்?"

"கூட்டம் வந்தாலும், இல்லைன்னாலும், நமக்குப் படி அளக்கிறதுல கொறை வைக்கிறதில்லையே, எசமான். இல்லையா, நரசம்மா?"

காஞ்சனம்மா, உஷார் அடைந்தாள். ஏதாவது பேசி வைத்து, இவன் அதைப் போய் டாக்டரிடம் போட்டு வைத்தால்?

"அதுக்கில்லை, கெம்பு. டாக்டர், நோயாளிக்கு மருந்து கொடுக்கிறவர் தானே? பாவம், புண்ணியம், விதி இதெல்லாம் என்னத்துக்குப் பேசணும்"

"பீசு வாங்கற, பொழப்பு நடத்தற டாக்டர் அப்படி இருப்பான். நம்ம வைத்தியர் மகான்"

காஞ்சனம்மா தன்னை அடக்கிக்கொண்டாள். கெம்புசாமி தொடர்ந்தான்.

"அவர் பிள்ளைக்கே, அவர் அப்படித்தானே சொன்னார்"

அது ஒரு நடந்த நிகழ்ச்சி. அவன் மகன் – ஒற்றை மகன்– ஒற்றை மகன் முத்தையாவுக்குக் குழந்தை இல்லை. மறுகல்யாணம் பண்ணச் சொன்னாள், அவன் அம்மா.

"தப்பு" என்றார் வைத்தியர்.

"என்ன தப்பு, இதிலே? உலகத்தில் நடக்காததா? நமக்கும் வாரிசு வேணாமோ"

"அதுதான் விதின்னா, அப்படியே நடக்கட்டும்"

"குறை, இவன்ட்ட இல்லையாம். இங்கிலீஷ் டாக்டர்ட்ட பரிட்சை பண்ணிட்டானாம்."

ஓர் இரவு முழுக்க நடந்த விவாதத்தில் வைத்தியர் இப்படிச் சொன்னார். "குறை இவன்ட்ட இருந்தா, அவளுக்கு, உன் மருமகளுக்கு மறு கல்யாணம் பண்ணி வைப்பானோ, இவன்? என்ன பாவம் பண்ணியோ, இது நடந்திருக்கு. ஒரு பொண்ணுக்கு. மேலும் பாவம் பண்ணனுமா, இவன்? அந்தப் பாவத்துக்கு இன்னுமொரு முறை ஜன்மம் எடுக்கணும். இவன், புரிஞ்சுக்கோ"

சாயங்காலம். இன்னும் இருட்டு வந்திருக்கவில்லை. பார்வையாளர்கள் இல்லை. வைத்தியரிடம் கெம்புசாமி ஒரு பத்திரிகையைக்கொண்டு வந்து கொடுத்தான். "ஒரு விளம்பரம் வந்திருக்கு. மேலத் தெரு டாக்டர் கொடுத்திருக்கார். பாருங்கோ" என்றான்.

சத்திய நாராயணா, அதைப் படித்தார்.

"வாலிபத்திலேயே வயசாகிப் போன முன்னாள் வாலிபர்களே" என்று விளித்திருந்தது அந்த விளம்பரம். தொடர்ந்தது.

"நீங்க அறியாப் பருவத்தில் அறிந்தோ அறியாமலோ, தெரிந்தோ, தெரியாமலோ செய்து விட்ட சில அந்தரங்கப் பழக்கம் காரணமாக இப்போது சக்தி இல்லாமல் சிரமப்படுகிறீர்களா? மனைவிக்கு முன்னால அவமானப்படுகிறீர்களா? இரவு ஏன் வருகிறது என்று வருந்துகிறீர்களா? மன சஞ்சலமா? தடுமாற்றமா? தள்ளாட்டமா? செயல்பட முடியாத தலைகுனிவா? வந்துவிட்டது மன்மதக் குளிகை. ஒரு மண்டலம் 48 நாட்கள் உள்ளுக்கு மருந்து.

சிட்டுக் குருவிகள் போலும், குதிரைகள் என்கிற அசுவங்கள்போலவும் புதிய வாழ்க்கையைத் தொடங்குங்கள். முதல் தரம் ரூபாய் இருநூறு. மிக முதல் தரம் ரூபாய் முன்னூறு. பீம விலாஸ் ஸ்பெஷல் முதல் தரம் ரூபாய் ஐநூறு... டாக்டரைச் சந்திக்க வேண்டிய இடம்... காலம்...

பத்திரிகையை மடித்து வைத்து விட்டு, நீண்ட நேரம் உத்தரத்தைப் பார்த்தபடி அமர்ந்திருந்தார், வைத்தியர்.

கெம்புசாமி, காபி எடுத்து வந்து வைத்தார்.

"ஜனங்களுக்கும் வெட்கம் அத்துப் போச்சு. வைத்தியனுக்கும் லஜ்ஜை விட்டுப் போச்சே!"

மேலத் தெரு டாக்டர், கார் வாங்கிட்டாராம். நெறைய பேர் வராங்களாம் போறாங்களாம்."

அவர் தலையசைத்தபடி சொன்னார்.

"வைத்தியன், பெரிசா இருக்கப்படாது, கெம்பு. ஆண்டவன், சோற்றுக்கு வழி பண்ணவன், குண்டி வேஷ்டிக்குக் கொடுப்பவன், அதுக்கு மேலகூடாது. நோய்க் கூலியில் பிழைக்கறது என்ன பொழப்பு. சரியான வாழ்க்கைதான் பொழைப்பு. வைத்தியன் வேலை பரோபகாரம். மருந்து கொடுக்கறதே, கடவுளுக்கு விரோதம்னு நான் நினைக்கிறேன். கர்ம நோய்க்கு நான் என்ன பண்ணட்டும்? காரண நோய்களுக்குக் கொஞ்சம் கொடுக்கலாம். ஆனா, இந்த மாதிரி வேஷ்டி இல்லாமே, அவிழ்த்துப் போட்டுட்டு, விளம்பரம் வருதே. ஜனம், வருதா?"

"மொய்க்கிறது"

"ஜனங்களுக்கெல்லாம், இதுதான் நோயா?"

கெம்புசாமி அவர் காபி அருந்துவதைப் பார்த்தபடி நின்றார்.

"ஒரு சங்கதி?"

"சொல்லு"

இப்பத்தான் ஒருத்தர் வந்து சொல்லிட்டுப் போனார். நம்ம காஞ்சனம்மா மேலத் தெரு டாக்டர்கிட்ட சேர்ந்துட்டாங்களாம்"

"அப்படியா சங்கதி... அடடா... சம்பளம் வாங்காமே போயிட்டாளே. தர்றேன்... நாளைக்குப் பார்த்துக் கொடுத்துடு"

"சரிங்க ஐயா..."

சீக்கிரமே வீட்டுக்குக் கிளம்பினார், சத்திய நாராயணா.

தெருவில் நிறைய பேர்கள். தெரு, ஜனங்களால் நிரம்பியிருந்தது. மனுஷர்களில் பலர் வேஷ்டி இல்லாமல் நடப்பதுபோலத் தெரிந்தது சத்திய நாராயணாவுக்கு.

நிறைய இருட்டியிருந்தது.

2001

அம்மாவுக்கு மட்டும்

நாலரைக்கு அலாரம் வைத்து விட்டுப் படுத்தவள் சாந்தா. அலாரம் அதன் கடமையை ஒழுங்காகச் செய்தது. எழுந்து அதை நிறுத்தினாள். முகம் கழுவிக்கொண்டு மீண்டாள். சித்து எழுந்து படுக்கையில் அமர்ந்தான்.

"அம்மா, எனக்குத் தூக்கம் வரலை" என்றான் சித்து. அப்போதுதான் பறித்த வெள்ளைத் தாமரைபோல இருந்தது, அந்தக் குழந்தையின் கண்கள்.

"என்னது, தூக்கம் வரல்லையா?"

"உம்"

"மணி நாலரைதானே ஆகிறது. குழந்தைகள் அதற்குள் எழுந்து கொள்ளக்கூடாது. இன்னும் கொஞ்சம் நேரம் தூங்கு.

"நீ மட்டும் இத்தனை மணிக்கு எழுந்திருக்கலாமா?"

சாந்தா சிரித்தாள்.

"நான் பெரியவள்"

சித்து எழுந்து, அவள் பக்கத்தில் நெருக்கிக் கொண்டு நின்றான். சாந்தாவின் இடுப்புக்கு அவன் வளர்ந்திருந்தான். அவன் எவ்வளவு வளர்ந்து விட்டான்?

"நானும்தான் வளர்ந்து விட்டேன். நானும்தான் பெரியவன்"

சாந்தாவுக்குச் சிரிப்பு வந்தது. உரக்கச் சிரிக்கக் கூடாது. சேகர் அயர்ந்து உறங்கிக்கொண்டு

இருந்தான். சாந்தா கள்ளக்குரலில் சித்துவுக்கு மட்டும் கேட்கும் விதமாகச் சொன்னாள்.

"லூட்டி பண்ணாதே. அப்பா தூங்கறாங்க. பேசாமே, படுத்துத் தூங்கு"

"எனக்குத் தூக்கம் வரலையே அம்மா"

"கண்ணை மூடிக்கோ. தூக்கம் வரும்"

"கண்ணை மூடிக்கிட்டா, இருட்டுதான் வருது"

இனிமேலும் பேசிக்கொண்டு நிற்கக்கூடாது என்று தோன்றிற்று சாந்தாவுக்கு. அவளுக்கு நிறைய வேலை இருந்தது. நாளெல்லாம் ஒழியாத வேலை. அதிகாலையில் வீட்டு வாசலில் தண்ணீர் தெளிப்பதில், தெருக்கூட்டுவதில் இருந்து அவள் ஒரு நாள் வாழ்க்கை தொடங்குவதாக இருந்தது.

சித்து, அம்மா நீர் தெளிப்பதைப் பார்த்துக்கொண்டு நின்றான். தெரு, கன்னங்கரேல் என்று இருண்டு கிடந்தது. பயமாகக்கூட இருந்தது. அம்மாகூட இல்லையென்றால், சித்து அங்கே நின்று இருக்கமாட்டான். நிச்சயமாக அங்கு பேய் இல்லாமல் இருக்காது. இருட்டு என்றால் பேய். 'பரட் பரட்' என்று அம்மா தெரு பெருக்குவதை, சப்தம் ரூபமாகக் கேட்டுக்கொண்டு நின்றிருந்தான். பெருக்கி முடித்து, கோலம் போடத் தொடங்கினாள் சாந்தா.

"அம்மா தேர்க்கோலம் போடு"

"ஐயோ... அதெல்லாம் முடியாது அதுக்குள்ளே விடிஞ்சுடும்." சின்னதாக ஒரு பூக்கோலம் போட்டாள், சாந்தா. அவசரம் அவள் கைகளுக்கு அசாதாரணமான வேகத்தைக் கொடுத்தது. கோலம் போட்டு உள்ளே வந்தவள், அடுப்பைப் பற்ற வைத்துப் பால் காய்ச்சி, காபிக்கு ஆயத்தமானாள். சித்துவுக்குப் பால், மற்றவர்களுக்குக் காபி.

காபிக் கடை முடிந்ததும், சமையல் காலைப் பலகாரம், இட்லி. இட்லி என்றால் சும்மாவா? மல்லிகைப் பூவாய் இருக்க வேண்டும் சேகருக்கு. அதைச் சுற்றி முட்டை முட்டையாகக் குறைந்த பட்சம் இரண்டு வகை சட்னிகளாவது வேணும். தேங்காய் கட்டாயம். மற்றபடி கறிவேப்பிலை, வெங்காயம், காரம் என்று ஒரு நாளைக்கு ஒரு சட்னி. இதல்லாமல் மிளகாய்ப் பொடி, எண்ணெய் நிரந்தரமாக டைனிங் டேபிளில் மேல் இருந்தாக வேண்டும்.

இட்லிகளை எடுத்துப் போட்ட தட்டில் இருந்து, சாம்பிராணிப் புகை மாதிரி, குப்பென்று எழுந்தது. ஆவி, பாலைக் குடித்த சித்து, பள்ளிக்கூடம் புறப்பட தயாரிகிக்கொண்டான். பிளாஸ்டிக் பையை எடுத்துக்கொண்ட சாந்தா காய்கறிக் கடைக்குக் கிளம்பினாள். தெரு முனையில் இருந்தது காய்கறிக் கடை. நேற்றைய காய்கறிகள். கடைக்காரன் பேச்சு மாத்திரம், பசுமையாக இருந்தது. விலை, யானை குதிரை விலை. "தபாலுக்குத்தான் ஸ்டிரைக். வெங்காயத்துக்கும் பூசணிக்குமா ஸ்டிரைக்!" "தபால் வண்டிகளில்தானே காய்கறியும் வருகிறது" என்றான் காய்கறிக்காரன். என்ன சாமர்த்தியம் பண்ணுகிறார்கள், வியாபாரிகள்?

வீட்டுக்கு வந்து சமையலைத் தொடங்கினாள், சாந்தா. வெளியே புல் தரையில் அமர்ந்து, காலைக் காற்றை அனுபவித்துக்கொண்டு, பேப்பர் வாசித்துக்கொண்டிருந்தான், சேகர். சித்து, இட்லியைப் சாப்பிட்டுப் பள்ளிக்குக் கிளம்பினான். சேகர் குளித்து அவசரம் தோன்றச் சாப்பிட்டான்.

"என்ன அவசரம். சாப்பிடக்கூட? நிதானமாகத்தான் சாப்பிடுங்களேன்"

"உனக்கு என்ன தெரியும்? அஞ்சு நிமிஷம் தாமதமானால்கூட, மானேஜர் முகத்தைப் பார்க்க வேணுமே. ஜாலியாக வீட்டில் இருந்து விட்டு, பொழுதை போக்கறே, நான் படுற அவஸ்தை யாருக்குத் தெரியும்" என்றான் சேகர்.

சாப்பிட்டுப் புறப்படும்போது, சேகருடைய அலுவலக நண்பர் வந்தார். முதல் முதலாக வருகிறவர்.

சாந்தா காபிகொண்டு வந்து கொடுத்தாள்.

"என் மனைவி" என்று அறிமுகம் செய்து வைத்தான் சேகர்.

காப்பியை உறிஞ்சியபடி நண்பர் கேட்டார்.

"வேலைக்குப் போறாங்களா?"

"இல்லை வீட்டுல சும்மாத்தான் இருக்கா" என்றான் சேகர்.

சேகர் அலுவலகம் சென்றான். மலையாகக் குவிந்திருக்கும் அழுக்குத் துணிகளை எடுத்துக்கொண்டு, கிணற்றடிக்குச் சென்றாள் சாந்தா.

மாலை ஏழு மணிக்குத் திரும்பி இருந்தான், சேகர்.

காலைப் பத்திரிகையை விட்ட இடத்திலிருந்து படிக்கத் தொடங்கினான், அவன்.

காபி எடுத்துக்கொண்டு வந்து அவனிடம் தந்தாள், சாந்தா, சித்து வீட்டுப்பாடம் எழுதிக்கொண்டிருந்தான்.

"சட்டைப்பையில் சம்பளக் கவர் இருக்கு, எடுத்துக்கோ,"

"சரி"

"கொஞ்சம் சிக்கனம் வேணும் சாந்தா. மாசக் கடைசியில் கடன் வாங்கும்படியா, இந்த மாசமும் வச்சுடாதே. இதுக்காக, நான் எவ்வளவு கஷ்டப்பட வேண்டியிருக்கு தெரியுமா? வீட்டுல வேலையே இல்லாம "ஹாய்யா" உட்கார்ந்திருக்கிற உனக்கு அதெல்லாம் தெரியாது.

சாந்தா சிரித்துக்கொண்டு சொன்னாள்.

"எதிர்பாராமே, போன மாசம், விருந்தாளிகள் வந்துட்டாங்க இல்லீங்களா? அதான் கூடுதல் செலவு. இந்த மாசம், அந்தக் கவலை வேணாம்"

"கொஞ்சம் சிக்கனமா இருக்கக் கத்துக்கணும் சாந்தா"

"வேலைக்காரியையும் நிறுத்திட்டேன். மேலும் என்ன சிக்கனம் பண்ணணும். தெரியலை. முயற்சி பண்றேங்க"

"ஆபீஸ்ல நாலு ஆள் வேலையை நான் செய்யறேன். இடுப்பு ஒடியுது. ரொம்பக் களைப்பா ஆயிடுது... வீட்டுல சும்மா இருக்கிற உனக்கு எங்க கஷ்டம் விளங்காது."

"ராத்திரிக்கு என்ன சமைக்கட்டும்"?

"கெட்டியா வத்தக் குழம்பு வை. உருளைக்கிழங்கு இருக்கா. இருந்தா காரமா, பொரியல் பண்ணு"

"சரி"

இரவு சாப்பிட்டுக்கொண்டிருக்கும்போது, சேகர் கவனித்தான்.

"என்ன சாந்தா, நீ வத்தக் குழம்பு போட்டுக்கலையா?"

"இல்லைங்க. உங்களுக்கு மட்டும்தான் குழம்பும், பொரியலும். நானும் சித்துவும் காலை சாம்பாரையே போட்டுக்கிட்டோம். ஊறுகாய் தொட்டுக்கிட்டோம். காலையிலே மிஞ்சினதை என்னத்துக்கு வேஸ்ட் பண்ணணும்னுதான்."

சேகர், அதை ஏற்றுக்கொண்டிருந்தான். மறுபேச்சில்லாமல் கொஞ்ச நாழிகை டி. வி. பார்த்துக்கொண்டிருந்தான். உறக்கம் கண்ணைச் சுற்றிக்கொண்டிருந்தது.

"எனக்குத் தூக்கம் வருது. நான் படுக்கப் போறேன். சித்து, உனக்குத் தூக்கம் வரலை."

பிரபஞ்சன் | 147

"இல்லப்பா"

"உங்களுக்கென்ன? அம்மா, வீட்டுக்குள்ள மகாராணியா இருக்கா. நீ படிக்கிறே. உங்களுக்கு உடம்புக் கஷ்டம் எங்கே தெரியப் போவுது. காலைலே, பஸ்சுல நசுங்கி, நடந்து, ஆபீஸ்லே கஷ்டப்பட்டு, வீடு வந்து சேர்றதுக்குள்ளே, நான் படற கஷ்டம், எனக்குத்தான் தெரியும்"

சாந்தா சிரித்துக்கொண்டு சொன்னாள்

"பால் சுட வைக்கட்டுமா?"

"சரி"

சாந்தா அடுப்பறைக்குப் போனாள்.

"அப்பா" என்றான் சித்து

"என்னடா?"

"எதுக்கப்பா இத்தனை கஷ்டப்படறே?"

சேகர் சிரித்தான்.

"கஷ்டப்படலேன்னா, சம்பளம் சுளையா மூவாயிரம் யார் கொடுப்பா.?"

"அப்பா?"

"என்னடா, சொல்லு"

"உனக்கு ஆபீசுல சம்பளம் கொடுக்கிறாங்க. அம்மாவுக்கு யாருப்பா சம்பளம் கொடுப்பா?"

"அம்மாவுக்கு சம்பளமா?"

"அம்மாவும்தானே வேலை செய்யறாங்க? காலையிலே உனக்கு முந்தே எழுந்திருச்சிருக்காங்க. தெரு பெருக்கி, காபி போடறாங்க, சோறு ஆக்குறாங்க. துணி துவைக்கிறாங்க. வீடு கழுவி விடறாங்க. ராத்திரியும் சோறு ஆக்கிறாங்க. இதுக்கெல்லாம் சம்பளம் தர வேணாமாப்பா, நீ? ஆபீசுல நீ வேலை பார்க்கிறதுக்கு உனக்கு சம்பளம். வீட்டுல வேலை பார்க்கிறதுக்கு அம்மாவுக்கு யார் சம்பளம் கொடுப்பா?"

பதில் சொல்லத் தோன்றாமல் அமர்ந்திருந்தார் சேகர்.

1995

கண்

நாமதாரி வெகு தூரத்தில் வந்துகொண்டிருந்தார்.

தடுமாற்றம் கொஞ்சமும் இல்லாமல் கையில் தடிகூட இல்லாமல், வந்துகொண்டிருந்தார் அவர். பாதையில் இடது பக்கமாக, வெகு சீராக, ஒரு நிதானத்தில் வந்துகொண்டிருந்தார். பச்சைக் கட்டம் போட்ட கைலியும், பனியனாகவும் இல்லாமல், சட்டையாகவும் இல்லாமல் இரண்டும் கெட்டானாக ஒன்றை மேலே போட்டிருந்தார். வழுக்கைத் தலையையும் நெற்றியையும் இணைத்திருந்த நாமம். துலாம்பரமாகத் தெரிந்துகொண்டிருந்தது. நெற்றியில் தொடங்கி புருவம், இமை என்று இறங்கி முகத்தின் மேற்பகுதி முழுமையையும் ஆக்ரமித்துக்கொண்டிருந்தது அந்த நாமம். நாமதாரிக்கு அப்பெயர் வரக்காரணம் அதுதான். அவர் பிறவிப் பெயர் என்ன என்பதை நினைவில் யாரும்கொண்டிருப்பதாகத் தெரியவில்லை. ஏன் நாமதாரிக்கே தெரியுமா என்பதும் சம்சயமான விஷயம்தான். அவருடைய கடை நாமதாரி கடை என்றும் சமயங்களில் குருட்டு நாமக்காரன் கடை என்றும் அறியப்பட்டிருந்தது. வலது கையில் இருக்கும் சாவிக் கொத்தை இப்போது பார்க்க முடிந்தது.

கடை வீதியில் லட்சுமி காப்பிக்கு அடுத்த கடை நாமதாரியுடையது. வெங்குசாமியின் சர்பத் கடைக்கு மேற்புறம் சற்றுத் தள்ளி ஓர் அரைவை நிலையம். மிளகாய், கொத்தமல்லி என்று பலதும் அரைபட எழும் மணம், அந்த வட்டாரத்தை வாசனை மயமாக்கி இருந்தது. காபிக் கடை திறக்கப்பட்டுவிட்டது. எதிரே,

குஞ்சுப்பிள்ளை பட்சணக் கடையிலிருந்து காரசேவு போடும் மணம் காற்றை நிறைக்கத் தொடங்கி விட்டது.

நாமதாரி, "இன்னிக்கு லேட்" என்று உணர்ந்துகொண்டார். குஞ்சுப்பிள்ளை பக்கவடாவை முடித்து காரசேவுக்கு வருகிறார் என்றால், மணி ஏழரைக்கும் கொஞ்சம் கூடுதல் என்று நினைத்துக்கொண்டார். காபிப் பொடிக் கடையை அனுமானித்துக்கொண்டு வலப்புறம் திரும்பி, படியை மிதித்து ஏறி சரியாக நாலாம் படிக்கு வலது பக்கம், கடைப் பலகையில் கடைசிப் பூட்டைத் தொட்டார். சரியாக அதே நேரம், கடைப் பையன் பாண்டி வந்து, "சாவி கொடுங்கையா" என்று கேட்டு வாங்கிக்கொண்டான்.

நாமதாரி கடைத் தெருவில் ஓர் ஆச்சர்யமாக இருந்தார். பிறவிக் கண் குருடு என்பது இல்லை. ஏழெட்டு வயசில் ஏற்பட்ட அம்மை நோயால் நாமதாரி இழந்தவை அதிகம். அப்பா, அம்மா, தங்கை என்று குடும்பத்தையே வாரிக்கொண்டு போனாள் மாரியாத்தா. என்ன பண்ண? நாமதாரியின் கண்ணை மட்டும் எடுத்துக்கொண்டு உசுரை விட்டுப் போனாள் அவள். உறவுக்காரக் கடைச் சிப்பந்தியாக ஜீவனத்தைத் தொடங்கினார்.

நாமதாரிக்குக் கண்கள், விரல்களில் இருந்ததாக மக்கள் நம்பினார்கள். தகரக்குடுவையில் அம்பது கிராம் பொடி எடுத்துப் போட்டார் என்றால், அது அம்பது கிராம்தான் இருக்கும். நிறுவை அம்பத்தைஞ்சையோ, நாற்பதையோ காட்டியது இல்லை. நாளது வரைக்கும் பள்ளிக்கூடத்துப் பிள்ளைகள் தேனீக்களைப்போல மொய்த்து, ஏக காலத்தில் ஒருத்தன் பத்து பல்லி மிட்டாயும், ஒருத்தன் ஆரஞ்சு சுளை மிட்டாயும் கேட்பான். ஒவ்வொருத்தருக்கு ஒவ்வொரு ருசி, பதறாமல், சிதறாமல் கேட்டவர்க்குக் கேட்டவற்றை எடுத்துத் தருவார். யார் எந்தப் பக்கம் நின்று என்ன வாங்கினார்கள் என்பது அவருக்குப் புரியும். சில்லறைகளையும்கூட சரியாக வாங்கிக் கொள்வதும், சரியான மீதியையும் கொடுப்பதும், மார்க்கெட்டில் பிரசித்தம்.

நாமதாரி தன் ரப்பர் செருப்பை என்றைக்கும் விடும் அதே இடத்தில் விட்டார். தன் இருக்கையில் அமர்ந்தார். கையை முழுதுமாக நீட்டி ஊதுபத்தியை எடுத்தார். மேசை மேல் இருந்து தீப்பெட்டியையும் எடுத்துக் கொளுத்தி ஸ்டாண்டில் சொருகினார்.

"நாராயணா" என்று தனக்குள் ஒருமுறை சொல்லிக் கொண்டார்.

நாமதாரிக் கடைக்கு நேர் எதிரே இருந்தது கயிற்றுக் கடை. அது திறக்க காலை ஒன்பது மணிக்கு மேல் ஆகும். அதுவரை கடை வாசல், வீரப்புலி வசம் இருக்கும். வீரப்புலி ஏதோ சாகசம் செய்து வந்த பெயர் அல்ல; பெற்றவர்கள் வைத்த பெயர் அது. கடைத் தெருவுக்கு வருகிற லாரிகளில் இருந்து சரக்கை இறக்கியும், ஏற்றியும் பிழைக்க நேர்ந்த ஒருவனுக்கு அந்தப் பெயர் பொருந்தாது என்று அவன் பெற்றோர் அறிந்திருக்க நியாயம் இல்லைதான். அண்மையில் சீக்காளியாகிப்படுத்து, அண்மையில்தான் எழுந்து உட்கார்ந்திருந்தான்.

பசி, காலையில் இருந்து அவனைப் படுத்திக்கொண்டிருந்தது. பசியே வயிறு. வயிறும் கண்ணும் உடம்பும் கை கால்களும் என்று சகல அவயங்களும் பசியால் நிரம்பி இருந்ததாக அவன் நினைத்துக்கொண்டான். எழுந்து அமர்ந்ததும் கடை வாசலில் சிந்தியிருந்த இரண்டே இரண்டு வேர்கடலைத் துண்டுகள் அவன் கண்களில் பட்டன. என்ன ஆச்சர்யம், எடுத்து "லபக்"கென்று அதை வாயில் போட்டுக்கொண்டான். பசியை அது தூண்டி விட்டது. குஞ்சுப்பிள்ளைக் கடையில் இருந்து மிதந்து வந்த பக்கவடாவின் மனோகரமான வாசனை அவனை மேலும் அவஸ்தைக்கு உள்ளாக்கிற்று. சுடச்சுட, எண்ணெய் வழியும் பக்கவடா. ரெண்டு ரூபாய்க்கு வாங்கித் தின்று தண்ணீர் குடித்தால்போதும். பசி மந்தித்துப் போகும் என்பது அவனுக்குத் தெரியும். ரெண்டு ரூபாய் இருந்தால் காலை, மதியம் வேளைகளை தள்ளிப் போடலாம். ராத்திரி பற்றி அப்புறம் பார்த்துக்கொள்ளலாம். முதலாளி இந்த நேரம் பார்த்து ஊரில் இல்லை. சோதனைதான். இருந்திருந்தால் பத்தோ, இருபதோ வாங்கிக்கொண்டிருக்கலாம். சட்டைப் பையில் கையை விட்டு பீடித்துண்டை எடுத்துப் பற்றவைத்தான். பீடிப்புகை பசியை மிகுதிப்படுத்தியது. தீப்பெட்டியைப் பையில் போடும்போது, அது தட்டுப்பட்டது. ஐந்து ரூபாய்தான். ஐந்து ரூபாய் போன்று குழந்தைகள் விளையாட்டுக்கென அச்சிட்டு வெளிப்படுத்தப்பட்ட நோட்டு. எந்த சந்தர்ப்பத்திலோ அவனிடம் வந்து தங்கி விட்டது அது. கையில் எடுத்துப் பார்த்தான் அவன். அச்சு அசல் ரூபாய் நோட்டாக இருந்தது அது. அந்தச் சமயம்தான் அந்த விபரீதமான யோசனை அவனுக்கு ஏற்பட்டது.

நாமதாரி கடைக்கு வந்ததையும், உடனே கடைப் பையன் பாண்டி வந்து சேர்ந்ததையும் பார்த்தான். பாண்டி கடையை விட்டு அகலாமல் அவன் எண்ணம் பூர்த்தியாகாது. பாண்டி எந்த

பிரபஞ்சன் | 151

நிமிஷம் அங்கிருந்து அகலுவான் என்பது அவனுக்குத் தெரியும். சரியாகப் பத்து மணிக்கு பெரியம்மை ஆச்சி, பள்ளிக்கூட விளையாட்டு மணி அடித்ததும் நாமதாரிக்குக் காபி நினைப்பு தோன்றும். பாண்டி டம்ளரை எடுத்துக்கொண்டு புறப்படுவான். அதுதான் சரியான நேரம்.

கண்குத்திப் பாம்புபோல், கடையின் அசைவையே பார்த்துக்கொண்டு அமர்ந்திருந்தான் வீரப்புலி. உடம்பு, கை, கால் எல்லாம் வெலவெலத்துக்கொண்டு வந்தது. மணியை யூகித்துக்கொண்டு அமர்ந்திருந்தான். கயிற்றுக் கடையைத் திறந்தார்கள். அவன் அங்கிருந்து எழுந்து நேராக அரச மரத்தடிக்குப் போய் நின்றான். மாடு ஒன்றைக் கவிழ்த்துப் போட்டு "லாடம்" அடித்துக்கொண்டிருந்தான் பச்சை.

"என்ன வீரப்புலி, உடம்பு தாவலையோ?" என்றான் பச்சை.

"தாவலை"

பச்சை சிகரெட் புகைத்துக்கொண்டிருந்தான். ஒரு ஸ்ட்ராங் டீ குடித்து சிகரெட்டும் புகைத்தால் எவ்வளவு தெம்பாய் இருக்கும்?

கடையைக் கவனித்தவனுக்கு மகிழ்ச்சி ஏற்பட்டது. பாண்டி தம்ளரை எடுத்துக்கொண்டு, கடையை விட்டு இறங்கிக்கொண்டிருந்தான்.

வேகம் வேகமாகக் கடைக்குச் சென்று, நின்றான் வீரப்புலி.

"சாமி, ஒரு கட்டு சின்னப்பிடில் பீடி குடுங்க..." என்றான்.

"வீரப்புலியா?"

"ஆமாம் சாமி"

"உடம்பு தாவலையா?"

"ஏதோ பரவா இல்ல"

நாமதாரி, சீக்கிரமாகச் சில்லறை தரவேண்டுமே என்று பரபரப்பாக இருந்தது அவனுக்கு. அவர் கொடுத்த பீடிக்கட்டை வாங்கிக்கொண்டான். நோட்டைக் கொடுத்தார். நாமதாரி அதைத் தடவிப் பார்த்தார். மறுபடியும் அதைக் கையில் ஏந்தி பரீட்சை செய்தார்.

"சரி" என்று சொல்லியபடி மீதிச் சில்லறை நாலு ரூபாய் ஐம்பது காசை எண்ணிக் கொடுத்தார். மனம் மகிழ அவசரமாகத் திரும்பினான்.

“வீரப்புலி”

“என்ன சாமி?”

“வேலை இல்லாமே இருக்கையே, முதலாளி ஏதாச்சும் முன் பணம் கொடுத்தாரா?”

“இல்லைங்க சாமி. அய்யா ஊரில் இல்லை. நான் வரேனுங்க.”

ஓட்டமும் நடையுமாக அகன்றான் வீரப்புலி. பாண்டி காபியுடன் திரும்பினான். நாமதாரி சிந்தாமல் காபியைக் குடித்து முடித்தார்.

“ஏலே பாண்டி?”

“ஐயா...”

“இதைப் பாரு...”

“ஐயோ... இது பிள்ளைகள் விளையாடற நோட்டுங்க...”

“தெரியும். என் பேத்திக்கு வாங்கி வச்சிருக்கேன். அச்சு அசலா ரூபா மாதிரி இல்லை?”

“ஆமாங்க ஐயா... நானே ஏமாந்துபுடுவேன் ஐயா...”

பக்கவடாவும் டீயும் முடித்து ஒரு தொப்பி சிகரெட்டையும் வாங்கிப் பற்ற வைத்துக்கொண்டு அரசமரத்தடிக்குத் திரும்பினான் வீரப்புலி. மனசு சங்கடமாக இருந்தது. வயிறு திருப்தியாக இருந்தது. போயும் போயும் ஒரு கண்ணில்லாத ஆசாமியை ஏமாற்றும்படி ஆயிற்றே என்று வருந்தினான் அவன். சீக்கிரமாகவே அதை மறந்து போனான். துண்டை விரித்துப் படுத்தான்.

யாரோ எழுப்பியதுபோல உணர்ந்தான் புலி. கண்ணைத் திறந்தான். அவனோடு வேலை செய்கிற குப்பன்.

“என்ன குப்பண்ணே?”:

“முதலாளி வந்திருக்காரு. உன்னை எங்கேன்னு கேட்டாரு”

வீரப்புலி எழுந்து ஓட்டமும் நடையுமாக முதலாளி முன் வந்து நின்றான்.

முதலாளி வெள்ளை வெளேரென்று சட்டை அணிந்துகொண்டிருந்தார். கண்ணைப் பறிக்கிற வெள்ளை. அழுக்கின் துனியும் படாத சட்டையும் வேட்டியும். கடவுளே...! முதலாளிக்கு மட்டும் இந்த வெள்ளை எங்கிருந்து கிடைக்கிறது.?

“என்னடா புலி உடம்புக்கு என்ன?”

“சுகம் இல்லீங்க. காய்ச்சலு... ஜளிப்பு... உடம்பு வலி...”

“போதும்... சாப்பிடணும்டா... நல்லா சாப்பிடணும்... எங்கே சாப்பிடறீங்க...? குடிச்சே அழிக்கிறீங்க.! புத்திகெட்ட நாய்ங்க...”

புலி சிரித்தான். சிரிக்க முயன்றான். பல்லைக் காட்டினான். திடுமென நினைவு வந்தவனாக தலையைச் சொறிந்தான். ஒரு குறிப்பிட்ட இடத்தில் தலையைச் சொறிந்தான்.

முதலாளி ஒரு நோட்டை அவனைப் பார்த்து விசிறி எறிந்தார். இருபது ரூபாய் நோட்டு. திடுமென சந்தோஷம் பொங்கி வழிந்தது வீரப்புலிக்கு.

“படவா... கூலியில கழிச்சுக்குவேன். இது ஒன்றும் இனாம் இல்லை.”

“சரிங்க ஐயா...”

அவன் முதலாளியிடம் இருந்து பின்வாங்கி நடந்தான். முதலாளிகளிடம் பின்புறத்தைக் காட்டக்கூடாது.

வீரப்புலி, பரவசமாக இருந்தான். பாட்டுப் பாடத் தோன்றியது அவனுக்கு...

“நான் ஆணையிட்டால்... அது நடந்துவிட்டால்...” என்று பாடினான். ஒரு சிகரெட் வாங்கிப் பற்ற வைத்துக்கொண்டு வானத்தைப் பார்த்துப் புகையை ஊதினான். நடந்தான். அரச மரத்தடி வந்து சேர்ந்தான். அவன் பார்வையில் நாமதாரிக் கடை வீழ்ந்தது.

பகீர் என்றது ஐயோ, பாவம்... ஒரு கண் தெரியாத மனிதனை ஏமாற்றி விட்டோமே என்று இருந்தது. மனம் வெட்கத்தால் சுருங்கியது புலிக்கு. உட்காரவோ, படுக்கவோ முடியவில்லை அவனால்.

நாமதாரியிடம் வந்தான்.

“சாமி”

“உம்... வீரப்புலியா...?”

“ஒண்ணுமில்லை சாமி... சில்லறை கொடுக்கும்போது அஞ்சு ரூபாயை அதிகமா சேர்த்துக் கொடுத்துட்டீங்க...”

"நானா?"

"ஆமாங்க..."

அவன் ஐந்து ரூபாயை அவரிடம் நீட்டினான்.

"ரொம்ப சந்தோஷம்டா வீரப்புலி. ரொம்ப சந்தோஷம். பணத்தை நீயே வச்சுக்கோ... உடம்பு முடியாமே கஷ்டப்படறியே..."

"வேணாம் சாமி..."

"வச்சுக்கடா... நான் சொல்றேன். வச்சுக்கோ... இதே தெருவில நானும் நீயும் ஒண்ணா வளர்ந்தவங்கடா. துக்கமோ, சுகமோ பகிர்ந்துக்குவோம் பணத்தை நீயே வச்சுக்கோ..."

"சாமி..." என்று நா தழுதழுத்து நின்றான் வீரப்புலி.

1995

சுந்தா மாமா

சுந்தா மாமா நாணாவின் பாட்டை, காதே உடம்பாகக் கேட்டுக்கொண்டிருந்தார். நெஞ்சு விம்ம, மேனி புளகாங்கிதம் உற, "நம்ம நாணாவா" என்று ஆச்சர்ய மூட்டையாய் இருந்தார் சுந்தா. நாணா, ஏணிப் படிகளில் செங்குத்தாக ஏறிக்கொண்டிருந்தான். முதலில் கணபதியைத் தொட்டான். அப்புறம், இந்தோளத்தில் முழுகி, சாமஜவர கமனாவில் நீந்தினான். அப்புறம் "வருவாரோ" என்று சாமாவைக் கேட்டான். மின்னல் தோரணையில் பிர்க்காக்கள். ஜரிகை மாதிரி கார்வை.

நாணாவைப் பாராட்ட வரது மேடை ஏறினார்.

வரதுவைப் பார்த்ததும் சுந்தாவின் மனசு அடித்துக் கொண்டது. விமர்சன சிம்மம் என்றார்கள் அவரை. சரியான கரிநாக்கு. குற்றம் குறை சொல்லாமல் அவரால் பேச முடியாது. சங்கீத உலகமே அவரைக் கண்டு நடுங்கவே செய்தது. "சனியன், இன்னி கச்சேரிக்கு அது வந்து தொலைக்கப்படாதே" என்று பாடகர்கள் நினைத்து நடுங்குவது அதிகம். அந்த வரது பேசியது வரதுவா?

"பெரியோர்களே... ரசிகர்களே... ஒன்றும் சொல்றதுக்கு இல்லை. பாடினது நாணாவா. நாரதனான்னு புரியவில்லை. இது மனுஷ சங்கீதம்னு எனக்குத் தோணலை. நானும், சுமார் எழுபது வருஷமா, இந்த சங்கீத சாகரத்துல காலை நனைச்சுண்டவன். நான் கேழ்க்காத பாட்டா? ஜிஜிலுன்னு ஜி.என்.பி. பாடினதைக் கேட்டிருக்கேன். மகாராஜபுரம் செங்கோல் ஏந்தி

ஆட்சி பண்ணினதைக் கேட்டிருக்கேன். அரியக்குடி சபாரஞ்சகம் பண்ணினதைக் கேட்டிருக்கேன். சோமுவோட, ராமனாதனோட அற்புதங்களை தரிசனம் பண்ணி இருக்கேன். இந்தக் குழந்தை இப்படிப் பாடினதை என்ன சொல்றது. இது பாடாந்தரமா இல்லை. முன் ஜன்ம வாசனை கூடி வந்துருக்கு அவ்வளவுதான். நாணா, மகா வித்வான், வித்வான்களுக்கெல்லாம் வித்வான். பூச்சியோட அந்த சரகுணபாலிம்ப, அட்சரலட்சம் பெறும். அந்த நிரவல், கலபனை எல்லாம் அசல் தஞ்சாவூர் டிகிரி காப்பி. குழந்தை அமோகமா வாழணும். ஒன்று சொல்லணும். வித்வான் என்கிற தோரணையிலே இல்லை. வயசானவன், கிழம் என்கிற தோரணையிலே சொல்றேன். நாணா... ஜவ்வாது. பூசிக்கோ... ஆனா... மல்லிகை வாசனைக்கு மூக்கைப் பூட்டிக்கோ. ஜரிகை அங்கவஸ்திரம் போடு. ஆனா, அந்த "பானங்களைச்" சேவிக்காதே. உடம்பை அசுத்தப்படுத்திக்கிட்டு, தியாகராஜ சுவாமியை இப்போ பாடறவன்கள் பண்ணுகிற மாதிரி, கேவலப்படுத்தாதே. சங்கீதம் பெரிசு இல்லை. எந்த வித்தையுமே, பெரிசு இல்லை. உத்தமமான மனுசனா வாழறதுதான்ய்யா பெரிசு. நல்ல பாட்டு, கீதம். நல்ல ஜீவிதம், சங்கீதம். 'ச' என்றால் ரொம்ப உசத்தியனாதுன்னு அர்த்தம். நாணா! உன் பாட்டை விடவும் நீ உசந்தவனா இருக்கணும்"

சபை கரகோஷம் பண்ணியது. வரது, கண்ணில் நீர் மல்க மேடையை விட்டு இறங்கினார்.

எத்தனை பாராட்டுக்கள்! எத்தனை வாழ்த்துதல்கள்! நாணா சுற்றும் முற்றும் பார்த்தான். நீட்டின ஆட்டோ கிராப்பிலே கையெழுத்திடும்போதும், அந்த முகத்தையே தேடினான்.

தனியாக நின்றுகொண்டிருந்தான், நாணா.

"நாணா, யாரைத் தேடி..." என்றபடி அருகில் வந்து நின்றார் செகரடரி வைத்தி.

"மாமாவை" என்றான் நாணா.

"சுந்தாதானே... இங்கேதான் எங்கேயோ பார்த்தேனே... இருப்பார்... தோ வந்துட்டாரே..." என்று அவர் சொல்லிக்கொண்டிருக்கும்போதே, சுந்தா தோளில் போட்ட உத்தரீயத்தை ஒழுங்கு படுத்திக்கொண்டே வந்தார்.

"சுந்தா, எங்கே போனீர்... உன் மருமான் கால் கடுக்க கால்மணியா நின்னுண்டிருக்கான்"

“மாமா, எங்கே போயிட்டீங்க?”

“நம்ம ஷட்டகர் வந்திருந்தார். வண்டி பிடிச்சு ஏற்றிவிட தாமசம் ஆயிடுத்து.”

செகரடரி சொன்னார்.

“பேசிண்டிருங்கோ... டாக்சிக்கு ஏற்பாடு பண்ணிட்டு வர்றேன்.”

“வாத்தியக்காரர்கள் போயாச்சா சார்?”

“அப்பவே எல்லார்க்கும் சம்பாவனை பண்ணி கௌரவமா அனுப்பியாச்சு. உனக்குத்தான் டாக்சி பிடிக்கணும்”

“டாக்சி கிடைக்கலேன்னா பரவாயில்லை சார்... ஆட்டோபோதும்”

“தோ பார் நாணா, நீ பெரிய வித்வான்! எனக்கும் சுந்தாவுக்கும் வேணா நீ நாணா. மற்றவாளுக்கு நீ வித்வான் நாராயணன். அதை மறந்துடாதே. எதுக்காகவும், அந்தப் பெருமையை விட்டுக் கொடுத்துடாதே...”

சுந்தா சிரித்துக்கொண்டே சொன்னார்.

“செகரடரி, வைத்தி வாய் கொஞ்சம் அரட்டை. மற்றபடிக்கு ரொம்ப நல்ல மனுஷன். உன் மேல அவனுக்கு ரொம்பவும் பிரீதி...”

“மாமா, கச்சேரி எப்படின்னு சொல்லலையே...”

சுந்தா பரவசம் பொங்குகிற முகத்தோடு, நாணாவைப் பார்த்தார்.

“வரதுவே பாராட்டிட்டார் அப்புறம் என்ன? மனுஷன் இந்த ஐம்பது வருஷத்திலே, ஒரு பயலை “நன்னா இருக்குன்னு” சொல்லி இருக்கணுமே... படவா, கரி நாக்கு. வாழ்க்கையில முதல் முறையா உன்னைப் பாராட்டி இருக்கார்...”

“வரது சொன்னது இருக்கட்டும். எனக்கு உங்க மருந்துதான் முக்கியம்”

“ரொம்ப நல்லா இருந்ததுடா, நாணா சொல்லணுமா... உன் பாட்டை? ரொம்ப உசந்த சங்கீதம். காஞ்சீபுரம் பட்டு சேலை மாதிரி அழுத்தம், உழைப்பு. செய்நேர்த்தி கூடின சங்கீதம்”

நாணா மனம் நிறைந்தது. மாமாவும் பாராட்டுகிற விஷயத்தில் ஒரு வரதுதான். "ம்" என்றால், தேவலையே என்று அர்த்தம். "பரவா இல்லை" என்றால் "நல்லாவே இருக்கு" என்று அர்த்தம். அந்த மாமா, "ரொம்ப நல்லா இருக்கு" என்கிறார்.

வைத்தி வந்து சேர்ந்தார்.

"புறப்படலாம், டாக்சி ரெடி. சுந்தா நீர் கெலிச்சுட்டீரு. எப்டியும் மருமானை முதல் தரமான வித்வானா ஆக்கிப்பிடறதுன்னு சங்கல்பம் எடுத்துண்டீர். அதைச் செயல்படுத்திட்டீர்" என்றார் வைத்தி.

"என்கிட்டே என்ன இருக்கு. அவன் நடத்திக்கிட்டான். அவன் பாடுவித்தான்" என்றபடி வானத்தைக் காட்டினார் சுந்தா...

டாக்சியில், அவர்கள் ஏறி அமர்ந்ததும், வைத்தி நாணாவிடம் ஒரு கவரை அளித்தார்.

"நாணா, வச்சுக்கோ... இதுல ரெண்டாயிரம் இருக்கு. ரெண்டு இருபதா, லட்சமா, கோடியா பெருகட்டும்."

வண்டி புறப்பட்டது.

"எங்கே போறது சார்?" என்றார் காரோட்டி.

"சுவாமி மலைக்கே போகட்டும்" என்றான் நாணா.

"அம்மாவைப் போய்ப் பார்க்க வேணும், நாணா" என்று மறுத்தார் சுந்தா மாமா.

"அம்மா என்னைக்கும் இருக்கவே இருக்கு. எனக்கு நீங்களும் மாமியும்தானே எல்லாம். முதல்லே மாமி. அப்புறம் அம்மா"

மாமா வெளியே வேடிக்கை பார்த்துக்கொண்டு வந்தார். வண்டி ஓடிக்கொண்டிருந்தது. இலேசாக மாமாவைத் திரும்பிப் பார்த்தான் நாணா. அவன் அம்மாவின் சாயல் அப்படியே இருந்தது. அம்மாவுக்குத் தம்பி என்பதால், முகச் சாயல் இருப்பதில் நியாயம் உண்டுதான். ஆனால், அம்மாவை நிகர்த்த அக்கறை, அன்பு எவ்வாறு ஏற்பட்டிருக்க முடியும். ஏதோ ஒரு பஜனையைக் கேட்டு, நாணா, அவனை அறியாமல் பாடின பாட்டைக் கேட்டு, மாமா அவனை அருகில் அழைத்தது ஞாபகத்துக்கு வருகிறது.

"குழந்தே, இப்போ பாடினயே, ஒரு பாட்டு, அதைப் பாடு"

அவன் திரும்பவும் பாடினான்.

“எங்கே கத்துக்கிட்டே”

“நேத்து பஜனை மண்டபத்துல, எல்லாரும் பாடினாங்களே”

“ரொம்ப நல்லா பாடினயே... உனக்குச் சங்கீதம் வரும்போல இருக்கே...”

அப்புறமாய் ஒருநாள், மாமா, வெற்றிலை, பாக்கு, பழம். புஷ்பத்துடன் அவன் கையைப் பிடித்து அழைத்துக்கொண்டு போய் சாமிநாதுவிடம் நிறுத்தினார்.

“யாருடா சுந்தா, பயல்?”

“என் அக்கா பையன், இங்கேதான் சுவாமி மலையில் என் ஜாகையில் தங்கிண்டு ஏழாம் கிளாஸ் படிக்கிறான். பாட்டு வரும்போலத் தோணுது. நீதான் குருவா இருந்து அவன் கண்ணைத் திறக்க வேணும். பிறந்ததுமே அப்பன் தவறிட்டான். அக்கா மட்டும், கும்மாணத்துல வயிறு வளர்த்துட்டு இருக்கா. ரொம்பக் கஷ்டக் குடும்பம் சாமிநாது. எனக்காக, ஒரு ஏழைக்கு அன்னம் போடு. பாத்திரம் பார். தகுதியானதா இருந்தா பிச்சை போடு. இல்லாட்டி வேணாம்...” என்று விட்டு, மாமா நாணாவிடம் சொன்னார்.

“விழுந்து சேவிச்சுக்கோடா”

நாணா விழுந்து சேவிச்சுக்கொண்டான்

“சுந்தா, இந்த சிஷ்யாளே வேணாம். என் வேஷ்டியை நானே துவைச்சுக்கிடலாம்னு முடிவெடுத்துக் கிட்டு இருக்கையிலே, உன் குடும்பத்துப் பையனைக்கொண்டாந்திருக்கே. உன் முகத்துக்காக ஒத்துக்கிறேன். பார்ப்போம். நல்ல சிஷ்யனா, அனுமான் மாதிரி இருந்தா சரி, வெறும் வேஷ்டி துவைத்துப் போடுவன்னா வேணாம். பயலே... ஒரு பாட்டுப் பாடு. தெரிஞ்ச பாட்டு...” என்றார் சாமிநாது.

நாணா உடனடியாகப் பாடினான்.

“அலை பாயுதே கண்ணா – மனம் மிக அலை பாயுதே. ஆனந்த மோகன வேணுகானமதில் அலைபாயுதே...”

அவன் பாடி முடியும் வரைக்கும் அமைதியாக இருந்த சுந்தா மாமா, அவரிடம் சொன்னார்.

“யாரிட்டையும் கத்துக்கிடலை. கேள்வி ஞானத்தால் பாடறான். பஜனை கோஷ்டி பாடறச்சே கேட்டுப் பாடறான்”

“அப்படின்னா பரவா இல்லை. சங்கீதம் கத்துக்கிறவனுக்கு காது திறக்கணும். அலை பாயுதேன்னு பாடினானே, எப்படி அலைபாயும்? குழலைக் கேட்டான். மனம் அலைபாய்ந்தது. நல்லா கேழ்க்கணும். கேட்டதை நல்லா பிடிச்சு வச்சுக்கிட்டு, அதைப் பாடி பாடி அழகு பண்ணனும். நம்மோட மனோதர்மத்தை அதன் மேல ஏத்தணும். பாட்டு இதோ வர்றேன்னுட்டு தாவிக்கிட்டு வந்துடாதா. சரி, பையன் தினம் வரட்டும். கேட்கட்டும். பிடிச்சுண்டானா சரி. அப்புறம் பகவான் விருப்பம்.”

வெளியே வந்ததும் மாமா சொன்னார்.

“பெரிய சங்கீதக் கடல்டா அவர். நல்லா படிச்சுக்கோ. பெரிய ஆளா வருவே...”

விளையாட்டாய்த் தொடங்கியது வளர்ந்தது. நாணா சங்கீதத்தில் ஊன்றிக்கொண்டான்.

“வாடா, நாணா... ரொம்ப பிரமாதமா பாடினாயாமே... ஊஞ்சலிலே உட்கார்... என்று வரவேற்றாள் ரங்கா மாமி.

“எல்லாம் உங்கள் ஆசீர்வாதம். சித்தே இப்படி நில்லுங்கோ... மாமா இப்படி பக்கத்துல நில்லுங்கோ...”

கவரை, அவர்கள் பாதத்தில் வைத்து, சாஷ்டாங்கமாக வீழ்ந்து வணங்கினான்.

“நல்லா இரு...” என்றார் மாமா.

“இருடா... காபி போடட்டுமா... சாப்பிட்டுடறியா?”

சுந்தா மாமா சொன்னார்.

“வெளியில் டாக்சி காத்துட்டு இருக்குடி. அவன் அம்மாவைப் பார்க்க வேண்டாமோ... தாய் மனசு ஏங்கிட்டு இருக்கும்டி”

“அப்படியானா, இருடா... காபி தர்றேன். உனக்குத்தான் காபி பிடிக்குமே...”

மாமி அடுக்களை சென்றாள். கவரை மாமா நாணாவிடம் கொடுத்தார்.

“இதைக்கொண்டு போய் உன் தாயார் கிட்டே கொடு”

“என் முதல் சன்மானத்தை உங்களுக்குத்தான் தரணும்னு இருந்தேன்.”

“நினைச்சயே, அதுவேபோதும். நியாயமா இது, பெத்தவளுக்குத் தாண்டா போகணும். என் கட்டளை. எடுத்து வை.”

“சரி மாமா” இதற்கு மேல் என்ன செய்ய முடியும் என்று அமைதி அடைந்தான் நாணா. மாமி, காபிகொண்டு வந்து தந்தாள். காபி சாப்பிட்டவன், எதிர்த் தூண் மறைவில் நிழல் ஆடுவதைக் கண்டான்.

“அதாரது தூணுக்கு மறைவாக? ஜானகியோ... ஜானா, வெளியே வாயேன்.”

ஜானா ஒரு கண்ணை மட்டும் காட்டிவிட்டு மறைந்துகொண்டாள்.

“வாயேண்டி... ஜானா... மாமா, கூப்பிட்டான் பாரு...” என்றாள் மாமி.

“நான் வரமாட்டேன் போ” என்றாள் ஜானா. தூணுக்கு மறைவில் இருந்துகொண்டே.

மாமி சிரித்தாள்.

“என்ன இருந்தாலும் முறைப் பையன் முன்னால் பெண்கள் வருமோ? அப்புறம், வெட்கம் என்னாவது?”

“அப்படியா, நாணா இன்னொரு நாளைக்கு வந்து ஜானா முகத்தைப் பார்க்கட்டும்”

நாணா புறப்பட்டான்.

அம்மா ஒரு சுற்று பருத்துதான் விட்டாள். அண்டை வீட்டு லட்சுமு அம்மாள்.

“என்ன மாமி, நாணா திக்கெட்டிலும் ஜெயக்கொடி நாட்டிட்டு வர்றான். பாடாத மேடை இல்லை. கூப்பிடாத சபா இல்லைன்னு ஆயிட்டுது. எப்போ குழந்தைக்கு கல்யாணம் பண்ணப் போறீங்க?”

அம்மாவுக்குக் கவலை பிடித்துக்கொண்டது. பெண் பார்க்க வேணுமே. அன்றைக்கே நாணாவுடன் பேசினாள்.

“உனக்குத் தோனிச்சுன்னா ஏற்பாடு பண்ணும்மா”

“உனக்குப் பொருத்தமா உள்ளவ, நல்லா கவனிச்சுக்கிற மாதிரியான பொண்ணு கிடைக்கனுமேடா? அதுதான், கவலை”

"இது என்ன பேச்சு அம்மா? கையில வெண்ணை இருக்க நெய்யில்லைங்கறே?"

"என்ன சொல்றே?"

"பின் என்னம்மா? மாமா பெண் ஜானகி இருக்கையில், எனக்கு வேற இடம் என்னத்துக்கு?"

அம்மா மார்பு அடைத்துக்கொண்டது.

"குழந்தே, என்னடா சொல்றே?"

"அம்மா, நான் தின்னும் சோறு, உடுத்துகிற ஆடை, இந்த மரியாதை, தோளுக்கு மாலை எல்லாம் யாராலே அம்மா. அந்த மாமாவுக்கு, நான் என்ன கைம்மாறு செய்ய முடியும். தவிரவும் அந்தப் பெண் எல்லோரையும்போல இருந்தாலும் பரவாயில்லை. இல்லையே... ஜானாவைக் கட்டிக்கறேன், மாமாவோட பேசும்மா..."

ஜானாவுக்கு மாறுகண்... இரண்டு கண்களும் இருவேறு திக்கைக் காணுமே. அத்தோடு, இடது கால் சற்றே விந்தி விந்தி நடக்கிற நடை.

"என்னம்மா, எதற்கு அழறே?"

"அழலேடா, குழந்தே, ஆனந்தப்படறேன்... என்ன பெரிய மனசு உனக்கு. ரொம்ப உசத்தியான குழந்தைடா நீ... எனக்குப் பிள்ளையா பிறந்தியே... என் பிறவி சாபல்யம் அடைஞ் சுட்டதுடா..."

"இதுல என்னம்மா கீர்த்தி இருக்கு? என் மாமன் மகளை நான் கட்டிக்கிறேன்... அவ்வளவுதானே?"

அம்மா மறுநாளே தம்பி வீட்டுக்குப் பெண் கேட்டுப் போனாள்.

"என்ன அக்கா... என்ன தடபுடல், வெற்றிலை, பழம், பாக்குன்னு?" என்று சந்தேகம் கேட்டார், சுந்தா மாமா.

"எல்லாம் மங்கள காரியம்தாண்டா... மணி என்ன ஆறது... பத்தரை, பன்னிரண்டு ராகு போகட்டுமே. சொல்றேன்"

ரங்கா மாமிக்கு புரிந்து போயிற்று. ஜானகியைப் பார்த்து... "முகம் கழுவிட்டு, பட்டுப் புடவையை எடுத்துக் கட்டிக்கோடி... உனக்கு விடிஞ்சாச்சு... நல்ல காலம் வந்தாச்சு... கொடுத்து வச்சவ நீ..."

ஜானகி, புளகாங்கிதம் அடைந்தாள். மாமி கொஞ்சம் கேசரி, வாழைக்காய் பஜ்ஜியும் பண்ணி முடித்தாள். மணியும் ஆயிற்று.

"தம்பி, இப்படி வா, இங்க ஜமக்காளம் விரிச்சு உட்காரு..."

அப்படியே ஆயிற்று.

"என்ன அக்கா?"

"சுபம். என் மகன் நாராயணனுக்கு உன் பெண் ஜானகியைக் கல்யாணம் பண்ணிக் கொடுக்க வேணும்"

ரங்கா மாமி கண்ணில் நீர் வடியச் சொன்னாள்.

"அக்கா... உனக்குத்தான் எங்கள் மேல் எவ்வளவு அன்பு? நாணாவுக்கு பெரிய பெரிய இடங்களில் இருந்தெல்லாம் பெண் கொடுக்க நான், நீன்னு போட்டு போட்டுண்டு வரார்கள். அதையெல்லாம் விட்டு என் பெண்ணுக்கு விளக்கேற்றி வைக்கறயே..."

ஜானகியும் விசும்பினாள்.

அம்மா, சுந்தா முகத்தைப் பார்த்தாள்.

"என்ன தம்பி, பேசாமே இருக்கையே..."

மாமா உத்தரத்தைப் பார்த்துக்கொண்டு சொன்னார்.

"என்னை க்ஷமிக்கணும் அக்கா. உன் சம்பந்தம் வேணாம். நாணாவுக்கு வேற இடம் பார்ப்போம்"

"என்னடா சொல்றே!"

"ஐயோ... என்ன வார்த்தை பேசறேங்க... என் பொண்ணை என்ன செய்ய இருக்கீங்க?" என்று அலறினாள் ரங்கா மாமி.

"உஸ், பேசாமே இருடி. எனக்குத் தெரியும். அக்கா நமக்குள்ளே இரத்த பந்தம் இருக்கே அதுபோதும். இந்தக் கல்யாண சம்பந்தம் வேணாம்"

பிரமை பிடித்தாற்போல இருந்தாள் அம்மா.

"குழந்தை சொல்லித்தான் வந்தேன். என் மனசு சரியில்லை. அடுத்த பஸ்ஸுக்குப் புறப்படறேன்"

"சரிக்கா. என்னை மன்னிச்சுடு"

அம்மா புறப்பட்டதும், ரங்கா மாமி பிலுபிலுவென்று பிடித்துக்கொண்டாள்.

"ரொம்ப நல்லா இருக்கு. எத்தனை நாளா இப்படி மனசுக்குள்ளே வஞ்சம் வச்சுட்டு இருந்தது. என் பெண் தலையிலே

கல்லை போடணும்னு எத்தனை நாளா திட்டம் போட்டது? இப்போ சந்தோஷம்தானே? நல்லா இருங்கோ. நானும் என் பொண்ணும், சாரங்கபாணி கோயில் குளத்துல இறங்கிடறோம்... பாவி, பாவி மகாபாவி..."

சுந்தா மாமா... உத்தரத்தைப் பார்த்தவாறே அமர்ந்திருந்தார்.

நாணாவுக்கு அதிர்ச்சியாக இருந்தது.

"மாமாவா அப்படிச் சொன்னார்."? என்றான் நாணா. மீண்டும் மீண்டும்.

"அவன் மனசு கல்லாச்சுடா. அப்படித்தான் சொன்னான்."

"அம்மா... மாமாவை நானே நேரா கேட்கறேன். மாமா மறுக்கிறார்னா, வேற காரணம் இருக்கு"

நாணா புறப்பட்டான். அவன் சென்ற வேளை, வாசலில் ஜானகி அவனை எதிர்பட்டாள்.

"ஜானா"

ஜானகி சிரித்துக்கொண்டே அவனை வரவேற்க அருகில் வந்தவள் என்ன நினைத்தாளோ, அப்படியே நின்று முகத்தை மூடிக்கொண்டு அழுதாள்.

"ஜானா என்னத்துக்கு அழறே. எனக்குப் புரியுது. எல்லாம் நல்லபடியா நடக்கும். கவலைப்படாதே. இந்தப் பிறவியில் நீதான் என் மனைவி. மாமா எங்கே?"

"பொடிக்கடைக்குப் போனாங்க"

"வர்றேன்"

வழியிலேயே மாமாவைச் சந்தித்தான் நாணா.

"வாடா... எப்போ வந்தே..."

"இப்பத்தான்... ஆமாம் என்ன மாமா இது... இப்படிப் பண்ணிட்டீங்களே..." மாமா அவன் தோளைத் தொட்டு "வா கோயில் பக்கம் போகலாம்" என்றார். படி ஏறி, முதல் பிராகாரத்தில் சந்தடி இல்லா இடத்தில் அவர்கள் அமர்ந்தார்கள். மாமா சொன்னார்.

"குழந்தே, என் பொண்ணுக்கு உன்னை விடவும் ஒரு சிறந்த மாப்பிள்ளை கிடைப்பானோடா? ஒருக்காலும் கிடைக்க

மாட்டான். இருந்தாலும் நான் ஏன் வேண்டாங்கறேன்? குழந்தை நீ நன்றி காரணமா ஜானாவைக் கட்டிக்க தயாராயிட்டே. அது தப்பு. கல்யாணம் நன்றியினால சுகப்படாது. நீ ரொம்ப பெரிய ஆளா வருவே. ஜாஜ்வல்யமா. ஜெகஜ்ஜோதியா பிரகாசிக்கப் போற கலைஞன். நீ இந்தியா முழுக்க, ஏன் லோகப் பிரசித்தம் ஆகப் போறே. அமெரிக்கா, பிரான்சுன்னு போகப் போறே. அங்கெல்லாம் இந்தக் கண் சரியில்லாத, கால் விந்தி நடக்கிற பெண்ணையா கூப்பிட்டுப் போக முடியும். என்னிக்காவது ஒரு நிமிஷம் ஐயோ இதைப் பண்ணிட்டேனேன்னு நீ நினைக்காமே இருப்பியோ. அது நான் உனக்கு செய்த துரோகம் ஆயிடாதா? நீயும் என் குழந்தை இல்லையோ? நீதானேடா என் முதல் குழந்தை. உனக்கப்புறம்தான் எனக்கு என் குழந்தை. உனக்கு நான் சந்தோஷத்தை தவிர வேற ஒன்னைத் தருவேனா? உனக்கு என்னடா ராஜா, உனக்கு எத்தனை குபேரன், மகாலட்சுமி மாதிரி பொண் கொடுக்க முன் வர்றான்? எனக்கே தெரியுமே? குழந்தை. எல்லா விதத்திலும் உனக்குப் பொருத்தமான பொண்ணைக் கட்டிட்டு நீ ஆயிரம் வருஷம் சந்தோஷமா இருக்கணும்டா... ஜானகிக்கு என்ன? அவள் தலைவிதிப்படி நடக்கட்டும்... என் குழந்தை... என் குழந்தை..."

மாமா பேச முடியாமல் வாயைத் துண்டால் புதைத்துக்கொண்டு குலுங்கி அழுதார்.

ஸ்தம்பித்துப் போய் அமர்ந்திருந்தான் நாணா.

1995